ANG MAKABAGO MANGANGASO AKLAT NG PAGLULUTO

Pag-aani ng Bounty ng Kalikasan para sa Kontemporaryong Palate

Laura Molina

TALAAN NG MGA NILALAMAN

PANIMULA

Maligayang pagdating sa " Ang Makabago Mangangaso Aklat Ng Pagluluto," isang culinary expedition sa mundo ng kagandahang-loob ng kalikasan, kung saan ipinagdiriwang natin ang sining ng pag-aani at paghahanda ng mga ligaw na sangkap para sa mga kontemporaryong panlasa. Ang aklat ng pagluluto na ito ang iyong gabay sa pagtanggap sa mga lasa, texture, at nutritional na benepisyo ng mga Nakakuha ng pagkain na pagkain, na nagdadala ng esensya ng ligaw sa iyong makabagoong kusina. Samahan kami sa isang paglalakbay na muling binibigyang kahulugan ang culinary landscape sa pamamagitan ng pagsasama-sama ng tradisyonal na karunungan sa paghahanap sa mga makabago at masasarap na recipe.

Isipin ang isang kusina kung saan ang mga ligaw na edibles ay nasa gitna ng entablado, at ang bawat ulam ay nagsasabi ng isang kuwento ng iba't ibang lasa na makikita sa magandang labas. Ang " Ang Makabago Mangangaso Aklat Ng Pagluluto" ay hindi lamang isang koleksyon ng mga recipe; ito ay isang paggalugad ng mga kayamanang nakatago sa kagubatan, parang, at parang. Ikaw man ay isang bihasang forager o isang taong bago sa mundo ng mga ligaw na pagkain, ang mga recipe na ito ay ginawa upang magbigay ng inspirasyon sa iyo na isama ang likas na katangian sa iyong pang-araw-araw na pagkain.

Mula sa earthy kabute delights hanggang sa makulay na ligaw mga gulay, at mula sa floral infusions hanggang sa nakakagulat na baya concoctions, ang bawat recipe ay isang pagdiriwang ng sari-sari at hindi kilalang lasa na ibinibigay ng kalikasan. Gumagawa ka man ng simpleng hapunan, pinong pampagana, o nakakapreskong inumin, ang aklat ng pagluluto na ito ang iyong dapat na mapagkukunan para sa pagtataas ng iyong mga karanasan sa culinary sa kasaganaan ng natural na mundo.

Samahan kami habang tinatanggap namin ang diwa ng paghahanap, kung saan ang bawat ulam ay isang testamento sa kagandahan, pagiging bago, at hindi kilalang diwa ng mga ligaw na sangkap . Kaya, tipunin ang iyong mga basket, yakapin ang pakikipagsapalaran, at dalhin natin ang mahika ng paghahanap sa makabagoong mesa gamit ang " Ang Makabago Mangangaso Aklat Ng Pagluluto."

ALMUSAL

1.Ligaw Baya Parfait

MGA INGREDIENTS:

- 1 tasa ng sari-saring ligaw berries (asulberries, raspberries, itimberries)
- 1 tasa ng Greek yogurt
- 2 kutsarang pulot

MGA TAGUBILIN:

a) Banlawan ang mga ligaw na baya nang lubusan.

b) Sa isang baso o mangkok, i-layer ang Greek yogurt na may mga ligaw na baya.

c) Ibuhos ang 1 kutsara ng pulot sa itaas.

d) Ulitin ang mga layer at magsaya!

2. Mga Pankeik ng Ngiping leon

MGA INGREDIENTS:

- 1 tasang ngiping leon petals
- 1 tasang halo ng pankeik
- 1 tasang gatas
- 2 itlog
- Mantikilya para sa pagluluto

MGA TAGUBILIN:

a) Paghaluin ang pankeik batter ayon sa mga tagubilin sa pakete.

b) Dahan-dahang tiklupin ang 1 tasa ng mga petals ng ngiping leon.

c) Magluto ng pankeik sa isang kawaling may mantikilya hanggang sa ginintuang kayumanggi.

d) Ihain kasama ng syrup o pulot.

3.Kabute at Nettle Omelette

MGA INGREDIENTS:

- 1 tasang ligaw na kabute
- 1/2 tasang dahon ng kulitis
- 3 itlog
- Asin at pamentaa para lumasa
- 2 kutsarang langis ng oliba

MGA TAGUBILIN:

a) Igisa ang kabute at nettle leaves sa 2 kutsarang olive oil hanggang maluto.

b) Talunin ang 3 itlog, timplahan ng asin at pamentaa.

c) Ibuhos ang mga itlog sa mga kabute at nettles, lutuin hanggang itakda.

d) Tiklupin ang omelette at ihain nang mainit.

4.Sinigang na Acorn Harina

MGA INGREDIENTS:

- 1 tasang acorn harina
- 2 tasang gatas o tubig
- 3 kutsarang punungkahoy ng mepl syrup

MGA TAGUBILIN:

a) Paghaluin ang 1 tasa ng acorn harina na may 2 tasa ng gatas o tubig sa isang palayok.

b) Magluto sa katamtamang init, patuloy na pagpapakilos.

c) Kapag lumapot, patamisin ng 3 kutsara ng punungkahoy ng mepl syrup.

d) Ihain nang mainit.

5.Ligaw Mga gulay Smoothie

MGA INGREDIENTS:

- 1 tasa na hinukay na ligaw na gulay (dahon ng ngiping leon, kastanyo, atbp.)
- 1 saging
- 1 mansanas
- 1/2 tasa ng yogurt
- Yelo

MGA TAGUBILIN:

a) Haluin ang mga ligaw na gulay, 1 saging, 1 mansanas, at 1/2 tasa ng yogurt hanggang makinis.

b) Magdagdag ng mga yelo cubes at timpla muli hanggang sa nais na pagkakapare-pareho.

c) Ibuhos sa isang baso at tamasahin ang iyong smoothie na puno ng sustansya.

6.Mga itlog na pinalamanan ng nasturtium

MGA INGREDIENTS:

- 2 malaki Matigas na itlog
- 4 na maliliit Mga dahon ng nasturtium at malambot na tangkay; tinadtad
- 2 bulaklak ng Nasturtium; gupitin sa makitid na piraso
- 1 sanga sariwang chervil; tinadtad
- 1 sanga ng sariwang Italian parsley; dahon tinadtad ng pinong
- 1 berdeng sibuyas; puti at maputlang berdeng bahagi
- Extra virgin olive oil
- pinong asin sa dagat; sa panlasa
- Itim na pamentaa; magaspang na lupa, sa panlasa
- Mga dahon ng Nasturtium at mga bulaklak ng Nasturtium

MGA TAGUBILIN:

a) Matigas na lutuin ang mga itlog sa kumukulong tubig hanggang sa matigas ang mga pula, hindi na.

b) Hatiin ang bawat itlog sa kalahating pahaba at maingat na alisin ang pula ng itlog.

c) Ilagay ang mga yolks sa maliit na mangkok at idagdag ang mga dahon ng nasturtium, tangkay at bulaklak at tinadtad na chervil, perehil at berdeng sibuyas. Mash gamit ang tinidor, magdagdag ng sapat na langis ng oliba upang makagawa ng isang i-paste. Timplahan ng sea salt at pepper ayon sa panlasa

d) Banayad na asin ang puti ng itlog

e) Dahan-dahang punan ang mga cavity ng yolk-damo mixture. Gumiling ng ilang pamentaa sa ibabaw. Ayusin ang mga dahon ng nasturtium sa isang plato at ilagay ang mga pinalamanan na itlog sa itaas.

f) Palamutihan ng mga bulaklak na nasturtium.

7. Omelette na may mga ligaw na damo

MGA INGREDIENTS:

- ½ kilo Barba di frate at isang bungkos ng ligaw na menta
- 8 Itlog
- 4 na siwang bawang
- 50 mililitro Extra virgin olive oil
- 100 gramo ng Parmesan keso; gadgad
- Asin at sariwang giniling na itim na pamentaa

MGA TAGUBILIN:

a) Ilagay ang mantika sa isang maliit na kawali na may bawang at pakuluan.

b) Alisin at itapon ang bawang, kapag ginintuang kayumanggi.

c) Igisa ang Barba di frate sa mantika sa loob ng dalawang minuto, idagdag ang mga itlog na bahagyang pinalo kasama ng Parmesan, asin at menta. Haluin hanggang sa magsimula itong magtakda.

d) Ilagay sa mainit na oven hanggang maluto. Ilagay sa isang pinggan at ihain kaagad.

8.Mga itlog sa sarsa ng damo

MGA INGREDIENTS:

- 24 Mga sariwang sibat ng asparagus
- ¼ tasa Mayonnaise
- 8 onsa Karton komersyal na kulay-gatas
- 1 Katas ng limon
- ½ kutsarita Asin at ¼ kutsarita puting pamentaa
- ¼ kutsarita Asukal
- 2 kutsarita sariwang perehil; tinadtad
- 1 kutsarita sariwang damo ng dill ; tinadtad
- 1 kutsarita Mga sariwang chives; tinadtad
- 8 Itlog; matigas ang luto, hati
- 12 onsa Pakete na niluto na 6" x 4" na mga hiwa ng ham

MGA TAGUBILIN:

a) Magluto ng asparagus, sakop, sa tubig na kumukulo 6 hanggang 8 minuto; alisan ng tubig. Takpan at palamigin.

b) Pagsamahin ang mayonesa, kulay-gatas, limon juyelo, asin, puting pamentaa, asukal, perehil, tinadtad na dill-weed , at chives; haluing mabuti. Mash 1 hard-cooked na itlog; idagdag sa mayonesa timpla, at ihalo na rin. Takpan at palamigin.

c) Maglagay ng 4 na sibat ng asparagus sa 2 hiwa ng ham. Pagulungin ang ham sa paligid ng mga sibat ng asparagus, i-secure gamit ang isang kahoy na pick. Ilagay ang ham-wrapped asparagus sa isang serving platter. Hatiin ang 6 na itlog, ayusin ang mga hiwa sa ham. Sandok ng humigit-kumulang ¼ tasa ng damo sarsa sa bawat serving

d) Salain ang natitirang itlog. Budburan ang bawat serving. Palamutihan ng sariwang dill-weed .

9.Matandang bulaklak Mainit Mainit

MGA INGREDIENTS:

- 2 tasang gatas (pagawaan ng gatas o alternatibong gatas)
- 2 kutsarang cocoa powder
- 2 kutsarang asukal (adjust sa panlasa)
- 1 kutsarang matandang bulaklak syrup
- Whipped krema at nakakain na mga bulaklak para sa dekorasyon

MGA TAGUBILIN:

a) Sa isang kasirola, initin ang gatas sa katamtamang apoy hanggang sa mainit ngunit hindi kumukulo.

b) Sa isang maliit na mangkok, haluin ang cocoa powder at asukal.

c) Haluin ang matandang bulaklak syrup hanggang sa maayos na pagsamahin.

d) Dahan-dahang haluin ang pinaghalong kakaw sa mainit na gatas hanggang sa makinis at mahusay na pinaghalo.

e) Patuloy na painitin ang matandang bulaklak na mainit na tsokolate, pagpapakilos paminsan-minsan, hanggang sa maabot nito ang iyong nais na temperatura.

f) Ibuhos sa mga mug, itaas na may whipped krema, at palamutihan ng nakakain na mga bulaklak. Ihain at magsaya!

10.Matandang bulaklak Donuts

MGA INGREDIENTS:

- 1 ½ tasang all-purpose na harina
- ½ tasa ng butil na asukal
- 2 kutsarita ng baking powder
- ¼ kutsarita ng asin
- ¼ tasa ng langis ng gulay
- ½ tasang gatas
- 2 malalaking itlog
- 1 kutsarita ng matandang bulaklak extract
- 1 kutsarang pinatuyong matandang bulaklak (opsyonal)

MGA TAGUBILIN:

a) Painitin muna ang iyong oven sa 350°F (180°C) at lagyan ng mantika ang isang donut pan na may cooking spray.

b) Sa isang malaking mangkok, haluin ang harina, asukal, baking powder, at asin.

c) Sa isa pang mangkok, haluin ang mantika, gatas, itlog, matandang bulaklak extract, at pinatuyong matandang bulaklak (kung ginagamit).

d) Ibuhos ang mga basang sangkap sa mga tuyong sangkap at ihalo hanggang sa pagsamahin lamang.

e) Ilagay ang batter sa inihandang kawali ng donut, punan ang bawat amag na halos ¾ ng paraan na puno.

f) Maghurno ng 12-15 minuto o hanggang sa malinis na lumabas ang isang toothpick na ipinasok sa gitna ng isang donut.

g) Hayaang lumamig ang mga donut sa kawali sa loob ng ilang minuto bago ilipat ang mga ito sa wire rack upang ganap na lumamig.

11.Matandang bulaklak Chia Pudding

MGA INGREDIENTS:

- ¼ tasa ng chia seeds
- 1 tasang gatas (pagawaan ng gatas o plant-based)
- 2 kutsarang matandang bulaklak syrup o Matandang bulaklak tsaa concentrate
- 1 kutsarang pulot o pampatamis na gusto mo
- Mga sariwang prutas, mani, o granola para sa topping

MGA TAGUBILIN:

a) Sa isang garapon o lalagyan, pagsamahin ang chia seeds, gatas, matandang bulaklak syrup o tsaa concentrate, at honey.

b) Haluing mabuti upang pagsamahin at matiyak na ang mga buto ng chia ay pantay na ipinamahagi.

c) Takpan ang garapon at palamigin ng hindi bababa sa 2 oras o magdamag, hanggang sa lumapot ang timpla at maging mala-pudding.

d) Haluin ang pinaghalong isa o dalawang beses sa panahon ng paglamig upang maiwasan ang pagkumpol.

e) Ihain ang Matandang bulaklak chia pudding na pinalamig, nilagyan ng mga sariwang prutas, mani, o granola para sa karagdagang texture at lasa.

12.Matandang bulaklak Smoothie Mangkok

MGA INGREDIENTS:

- 1 frozen na saging
- ½ tasang frozen na baya (tulad ng mga strawbaya, raspbaya, o asulberries)
- ¼ tasa Matandang bulaklak tsaa (malakas na brewed at cooled)
- ¼ tasa ng Greek yogurt o yogurt na nakabatay sa halaman
- 1 kutsarang chia seeds
- Mga toppings: hiniwang prutas, granola, coconut flakes, nuts, atbp.

MGA TAGUBILIN:

a) Sa isang blender, pagsamahin ang frozen na saging, frozen berries, Matandang bulaklak tsaa, Greek yogurt, at chia seeds.

b) Haluin hanggang makinis at mag-atas. Kung kinakailangan, magdagdag ng isang splash ng karagdagang Matandang bulaklak tsaa o tubig upang maabot ang nais na pare-pareho.

c) Ibuhos ang smoothie sa isang mangkok.

d) Itaas ang mga hiniwang prutas, granola, coconut flakes, nuts, o anumang iba pang topping na gusto mo.

e) Tangkilikin ang nakakapresko at makulay na Matandang bulaklak smoothie mangkok bilang isang masustansyang almusal.

13.Ligaw Bawang at Patatas Omelette

MGA INGREDIENTS:

- 6 na itlog
- 1 tasang dahon ng ligaw na bawang, tinadtad
- 2 patatas, hiniwa ng manipis
- 1 sibuyas, hiniwa
- 1/2 tasa Parmesan keso, gadgad
- 2 kutsarang langis ng oliba
- Asin at pamentaa para lumasa

MGA TAGUBILIN:

a) Painitin muna ang oven sa 375°F (190°C).
b) Igisa ang patatas at sibuyas sa olive oil hanggang malambot.
c) Sa isang mangkok, haluin ang mga itlog at ihalo sa ligaw na bawang at Parmesan keso.
d) Ibuhos ang pinaghalong itlog sa mga patatas at sibuyas.
e) Maghurno sa oven hanggang sa ma-set ang omelette at maging golden brown.

14.Matandang bulaklak Pranses Toast

MGA INGREDIENTS:

- 4 na hiwa ng tinapay
- 2 malalaking itlog
- ½ tasang gatas
- 2 kutsarang matandang bulaklak syrup
- ½ kutsarita vanilla extract
- Mantikilya o mantika para sa pagluluto
- Mga toppings: powdered sugar, punungkahoy ng mepl syrup, sariwang prutas, atbp.

MGA TAGUBILIN:

a) Sa isang mababaw na mangkok, haluin ang mga itlog, gatas, matandang bulaklak syrup, at vanilla extract.

b) Isawsaw ang bawat hiwa ng tinapay sa pinaghalong itlog, hayaan itong magbabad ng ilang segundo sa bawat panig.

c) Mag-init ng non-stick skillet o griddle sa katamtamang init at matunaw ang kaunting mantikilya o mantika.

d) Ilagay ang binabad na hiwa ng tinapay sa kawali at lutuin hanggang sa ginintuang kayumanggi sa bawat panig, mga 2-3 minuto bawat panig.

e) Ulitin sa natitirang mga hiwa ng tinapay, pagdaragdag ng higit pang mantikilya o langis sa kawali kung kinakailangan.

f) Ihain ang Matandang bulaklak Pranses toast nang mainit kasama ang iyong mga paboritong topping, tulad ng powdered sugar, punungkahoy ng mepl syrup, sariwang prutas, o isang maliit na piraso ng whipped krema.

15.Matandang bulaklak Waffles

MGA INGREDIENTS:

- 1½ tasa (220g) all-purpose na puting harina
- ½ tasa (70g) wholemeal harina (o gamitin ang lahat ng puting harina)
- 2 itlog, pinaghiwalay
- ¾ tasa (180ml) gatas, dairy o plant-based
- ¼ tasa (60ml) Matandang bulaklak at Limon Cordial (o palitan ang sobrang gatas)
- ¼ tasa (60ml) natural na yogurt (opsyonal)
- 50g mantikilya, natunaw
- 2 tsp baking powder
- 1 kutsarang asukal
- Mantikilya o mantika para sa pagluluto
- Magkakahalo berries (lasaw kung nagyelo)
- Yoghurt o whipped krema
- Runny honey o punungkahoy ng mepl syrup

MGA TAGUBILIN:

a) Magsimula sa pamamagitan ng paglalagay ng puting harina sa isang mangkok ng paghahalo. Gumawa ng balon sa gitna at idagdag ang mga pula ng itlog, gatas, cordial, at opsyonal na yoghurt. Pagsamahin ang mga sangkap na ito hanggang sa magkaroon ka ng makapal na batter. Takpan ang mangkok gamit ang isang plato at ilagay ito sa refrigerator magdamag.

b) Para sa mga puti ng itlog, ilagay ang mga ito sa isang nakatakip na lalagyan ngunit panatilihin ang mga ito sa counter ng kusina (huwag ilagay sa refrigerator) upang pasimplehin ang proseso sa umaga.

c) Kunin ang batter mula sa refrigerator. Matunaw ang mantikilya at malumanay na itupi ito sa batter, kasama ang baking powder.

d) Ilagay ang mga puti ng itlog at asukal sa isang hiwalay na mangkok. Gumamit ng electric whisk upang ihalo ang mga ito hanggang sa mabuo ang mga soft peak. Sa batter, magdagdag ng isang kutsarang puno ng whipped egg whites upang lumuwag ito, pagkatapos ay dahan-dahang tiklupin ang natitirang meringue.

e) Iwasan ang labis na paghahalo upang mapanatili ang volume sa pinaghalong. Kung gusto mo, maaari mong laktawan ang hakbang na ito at idagdag ang buong itlog at asukal sa batter noong nakaraang gabi.

f) Painitin ang iyong waffle maker. Magdagdag ng isang maliit na halaga ng mantikilya (ginustong ang clarified butter upang maiwasan ang pagkasunog) at pantay na balutin ang mainit na mga plato gamit ang isang pastry brush.

g) Ilagay ang humigit-kumulang ½ tasa ng batter sa waffle maker, ibaba ang takip, at lutuin hanggang maging ginintuang sila, na karaniwang tumatagal ng mga 2 minuto.

h) Bilang kahalili, maaari kang gumamit ng mabigat na kawali at magluto ng mainit na keik sa katamtamang init hanggang sa maging ginintuang ang magkabilang panig.

i) Ilagay ang nilutong waffles sa isang keik rack sa mesa upang maiwasang maging basa ang mga ito. Ihain kaagad kasama ng mga pinainit na baya at isang maliit na piraso ng yoghurt o krema, pagkatapos ay lagyan ng honey o punungkahoy ng mepl syrup.

j) I-enjoy ang iyong napakasarap na Matandang bulaklak Waffles!

16.Pita ng mga gulay, damo at itlog

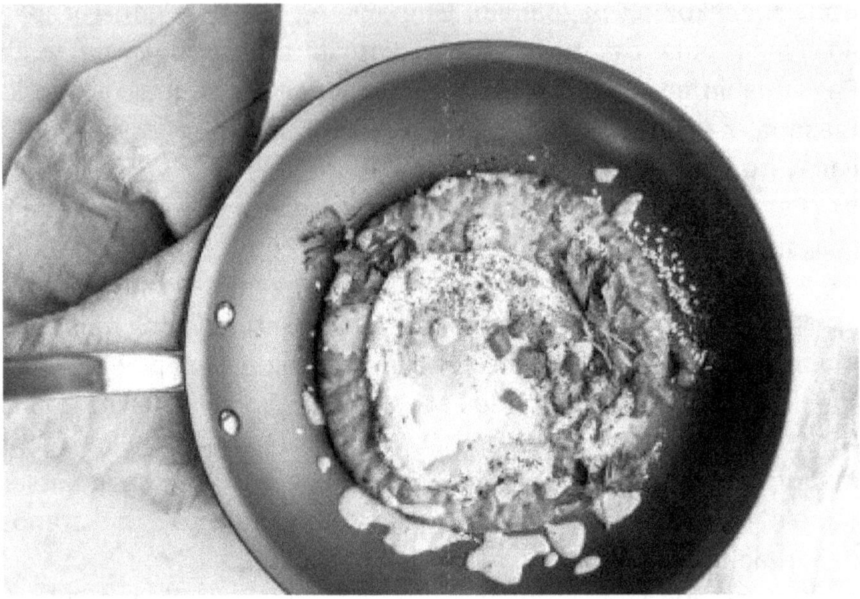

MGA INGREDIENTS:

- 2 libra Mga sariwang gulay
- asin
- ½ bungkos sariwang perehil; tinadtad
- ½ bungkos sariwang dill; tinadtad
- 1 dakot sariwang chervil; tumaga.
- ¼ tasa Mantikilya o margarin
- 1 bungkos Scallions; tinadtad
- ½ kutsarita Ground allspyelo
- ½ kutsarita kanela at ½ kutsarita Nutmeg
- 2 kutsarita Granulated sugar
- Asin at sariwang giniling na pamentaa
- 5 Itlog; pinalo ng mahina
- 1 tasa Durog na feta keso
- ½ tasa Gatas, o higit pa
- ½ tasa Mantikilya (opsyonal); natunaw
- 12 Mga komersyal na phyl lo sheet

MGA TAGUBILIN:

a) Pagsamahin ang spinach sa isang malaking mangkok na may perehil, dill, at chervil at ihalo nang lubusan. Init ang ¼ tasa ng mantikilya sa isang malaking kawali, idagdag ang mga scallion sa mantikilya at igisa ang mga ito hanggang sa maging translucent ang mga puting bahagi.

b) Idagdag ang mga gulay, pampalasa, asukal, at sapat na asin at pamentaa para sa pampalasa .

c) Ngayon ay idinagdag namin ang mga itlog, feta, at sapat na gatas upang mababad ang berdeng s. Ikalat ang 6 na phyllo sheet, i-brush ang bawat isa ng tinunaw na mantikilya. Ibuhos ang pagpuno, kumalat nang pantay. Maghurno ng 45 minuto .

17. Sariwang damong sausage

MGA INGREDIENTS:

- 4 talampakan maliit na hog casing
- 2 pounds Whitefish fillet, cubed
- 1 Itlog, pinalo
- 2 kutsarang tinadtad na sariwang chives
- 1 kutsarang tinadtad na sariwang perehil
- 1 kutsarita Limon juyelo
- ½ kutsarita ng asin sa kintsay
- ½ kutsarita Itim na pamentaa

MGA TAGUBILIN:

a) Maghanda ng mga casing. Ilagay ang isda sa food processor at pulso hanggang masira ang isda.

b) Magdagdag ng natitirang mga sangkap at iproseso hanggang sa ang lahat ay maayos na pinaghalo.

c) Palamutin ang mga casing at i-twist off sa 3-4" na haba.

MGA NAGSIMULA

18.Mga karot ng sanggolsa damo suka

MGA INGREDIENTS:

- 20 maliliit Mga karot
- ¾ tasa ng Asukal
- 1 kutsarang Limon juyelo
- 1 kutsarang Mantikilya
- 2 kutsarang suka ng Tarragon

MGA TAGUBILIN:

a) Ilagay ang karot, tubig at limon juyelo sa maliit na kasirola.

b) Takpan at kumulo ng 5 minuto.

c) Alisin ang takip, dagdagan ang init sa mataas at lutuin, pagpapakilos, hanggang ang likido ay sumingaw (5 minuto). Bawasan ang init.

19.Artichokes na may mga damo

MGA INGREDIENTS:

- 2 malalaking Artichoke (o 4 medium)
- 1 maliit na karot
- 1 maliit na sibuyas
- 1 kutsarang Olive oil
- 2 kutsarang perehil; tinadtad
- ½ kutsarita dahon ng basil, tuyo
- ½ kutsarita ng Oregano
- ½ kutsarita ng dill weed
- 1 sibuyas ng bawang
- asin
- 1 tasa ng alak, tuyo na puti
- Pamentaa sa panlasa

MGA TAGUBILIN:

a) Sa blender , pagsamahin ang karot, sibuyas, perehil, pinatuyong damo, bawang at asin at itim na pamentaa sa panlasa; iproseso hanggang sa makinis na tinadtad. Bagay na pinaghalong damo sa pagitan ng mga dahon ng artichokes

b) Ilagay ang cooking rack, alak at ½ tasa ng tubig sa 4- o 6-qt pressure cooker. Ilagay ang mga artichoke sa rack; isara ang takip nang ligtas. Ilagay ang pressure regulator sa vent pipe.

c) Magluto ng 20 minuto sa 15 pounds na presyon .

20.Mga canapé na may limon-damo magpakinang

MGA INGREDIENTS:

- Pumpernickel bread na may krema keso at hiniwang pinausukang salmon
- Buttered salty rye na may hiniwang itlog at caviar
- Maalat na rye na may malunggay; maanghang na sawsawan; maliliit na hipon
- 1⅔ tasa ng Tubig
- ⅛ kutsarita ng Peppercorns
- ½ dahon ng bay
- ½ kutsarita pinatuyong dill
- 1 pack (3-oz.) limon flavored gelatin
- 1 dash Cayenne pepper
- 3 kutsarang Suka

MGA TAGUBILIN:

a) Ilagay sa isang rack at itaas ang bawat canapé na may 2 hanggang 3 kutsarang Limon-Damo Magpakinang.

b) Limon-Damo Magpakinang: Dalhin ang tubig upang kumulo; magdagdag ng mga mais ng pamentaa, dahon ng bay, at pinatuyong dill. Takpan, at kumulo ng halos 10 minuto. Pilitin. I-dissolve ang gelatin, asin, at cayenne sa mainit na likido. Magdagdag ng suka. Palamigin hanggang bahagyang lumapot. Kutsara ang halo sa ibabaw ng mga canapé

21.Sariwa damo keso pizza

MGA INGREDIENTS:

- 1 kutsarang Cornmeal
- 1 lata (10-oz.) All -ready Pizza Magbalat
- 1 kutsarang Olive oil o mantika
- 1 sibuyas na bawang; tinadtad
- 6 ounces Hinimay na Mozzarella keso
- ½ tasa Grated Parmesan keso
- 1 kutsarang tinadtad na sariwang basil
- 1 kutsara Tinadtad na sariwang oregano

MGA TAGUBILIN:

a) Pahiran ng grasa ang 12-pulgadang pizza pan o 13x9-pulgada na kawali; budburan ng cornmeal. I-ungumulong ang kuwarta; pindutin sa greased pan.

b) Sa maliit na mangkok, pagsamahin ang langis at bawang; ambon sa masa. Itaas nang pantay-pantay sa mozzarella keso, Parmesan keso, basil at oregano.

c) Maghurno sa 425 para sa 13-16 minuto o hanggang ang magbalat ay malalim na ginintuang kayumanggi

22. Mga sariwang damo at chive na biskwit

MGA INGREDIENTS:

- 8 ounces Matigas na silken tofu
- ⅓ tasa ng Apple juyelo
- 1 kutsarang Limon juyelo
- 1 tasang Whole-wheat harina
- 1 tasang All-purpose na harina
- 2 kutsarita ng baking powder
- ½ kutsarita ng baking soda
- ¼ kutsarita Asin, opsyonal
- 2 kutsarang Basil, tinadtad -=OR=-
- 1 kutsarang Basil, tuyo
- 2 kutsarang Chives, tinadtad -=OR=-
- 1 kutsarang Chives, tuyo

MGA TAGUBILIN:

a) Painitin muna ang oven sa 450F at oil cookie sheets.

b) Haluin ang tofu hanggang makinis. Haluin sa katas ng mansanas at limon juyelo. Ilipat sa isang medium sized na mixing mangkok at itabi. Pagsamahin ang susunod na 5 sangkap at tiklupin sa pinaghalong tofu. Haluin ang basil at chives. Ilabas ang kuwarta sa isang board na may bahagyang harinaed at bumuo ng bola. Igulong ang kuwarta sa ½" na kapal at gupitin gamit ang cookie cutter. Maghurno ng 12 minuto at ihain kaagad.

23.Vietnamese tagsibol gumulong

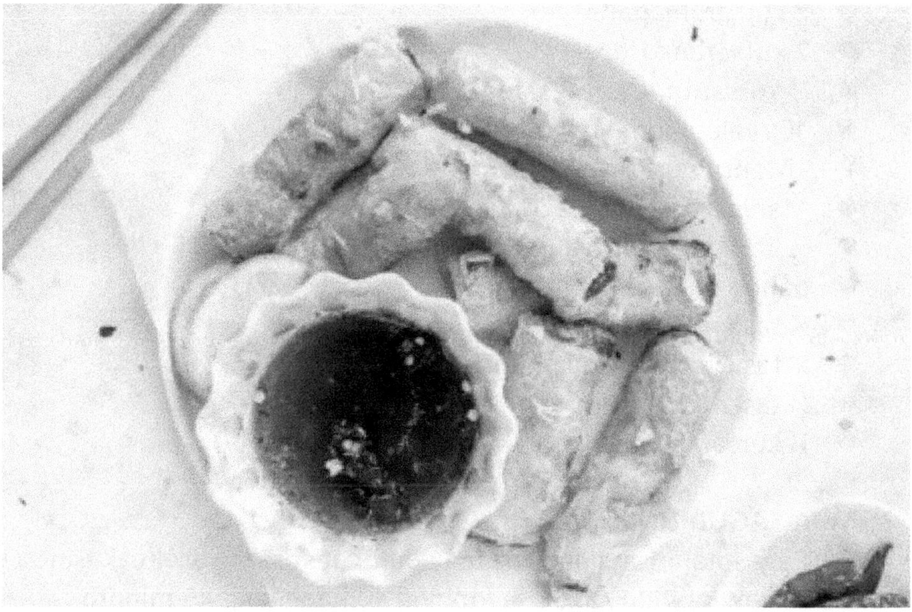

MGA INGREDIENTS:

- 1 pulang snapper
- 2 kutsarang patis
- 2 kutsarang Honey
- ½ kutsarita Asian sesame oil
- 40 ryelo paper wrapper
- Menta at sariwang cilantro
- Manipis na hiwa English cucumber
- ½ libra Mga sariwang bean sprouts
- dahon ng litsugas
- ¼ tasa ng suka ng bigas
- ¼ tasa katas ng kalamansi
- ¼ tasa ng Asukal
- ¼ kutsarita Mainit na Asian chili sarsa

MGA TAGUBILIN:

a) Pagsamahin ang patis na may pulot at sesame oil. Kuskusin sa isda. Inihaw sa 425F/210C sa loob ng 40 hanggang 45 minuto .

b) Sa isang maliit na mangkok ng paghahatid, pagsamahin ang mga sangkap para sa sarsa.

c) Hatiin ang isang piraso ng isda at ilagay sa gitna ng bawat balot sa ibaba lamang ng gitna. Magdagdag ng menta at cilantro, 1 slyelo ng pipino at ilang bean sprouts sa ibabaw ng isda. Ibuhos ang sarsa.

24.Pritong haloumi keso

MGA INGREDIENTS:

- 4 hinog na kamatis na sirwelas
- 1 pulang sibuyas
- 1 Pipino
- 20 itim na olibo; pitted
- 1 bungkos Flat perehil
- 100 gramo Haloumi chees e
- Basil; pinong tinadtad
- kulantro; pinong tinadtad
- Chervil
- Chives
- 200 mililitro Langis ng oliba
- 2 limon; katas ng
- 1 kutsarang White wine suka
- Asin at pamentaa

MGA TAGUBILIN:

a) Paghaluin ang lahat ng ito sa isang mangkok na may mga sibuyas at ilang flat perehil. Bihisan ng kaunting olive oil at asin at pamentaa.

b) Sa isang mainit na non-stick pan, iprito ang Haloumi keso na walang mantika.

c) Ilagay sa ibabaw ng salad at ibuhos ang langis ng damo sa paligid ng plato. Ngayon magdagdag ng ilang limon juyelo .

25.Damo mga fritter

MGA INGREDIENTS:

- 1 pounds Magkakahalo damo salad dahon
- ¼ tasa sariwang gadgad na parmesan
- 3 libreng hanay ng mga itlog; pinalo ng mahina
- 1 tasang sariwang breadcrumbs
- 2 kutsarang unsalted butter
- Langis ng sunflower
- Asin at sariwang giniling na pamentaa

MGA TAGUBILIN:

a) Ilagay ang mga dahon ng damo sa isang medium na mangkok. Haluin ang sibuyas, basil, parmesan, breadcrumbs, itlog at pampalasa.

b) Matunaw ang mantikilya sa isang malaking kawali. Magdagdag ng sapat na mantika upang magkaroon ng ¼ pulgada ng mantika sa kawali. Gamit ang 1 masaganang Kutsara ng pinaghalong para sa bawat fritter, iprito ang mga fritter ng ilang sa isang pagkakataon hanggang sa malalim na ginintuang, mga 3 minuto sa bawat panig.

c) Patuyuin sa papel sa kusina; panatilihing mainit-init sa isang mababang oven hanggang sa maluto ang natitirang mga fritter.

26.Damoed hipon sa serbesa

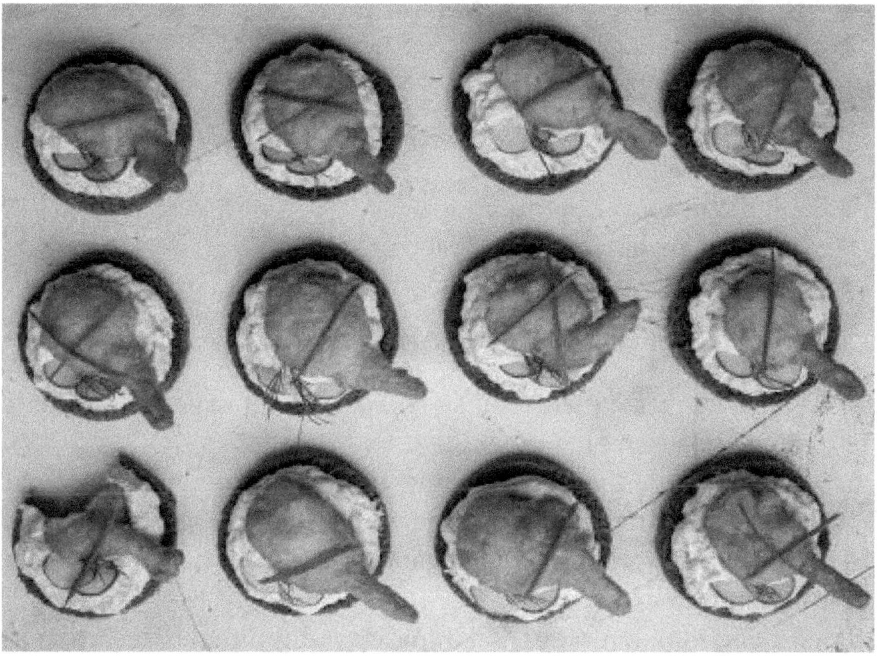

MGA INGREDIENTS:

- 2 pounds Binalatan na hipon
- 1½ tasa Mahusay na western serbesa
- 2 siwang Bawang, tinadtad
- 2 kutsarang Chives, hiniwa
- 2 kutsarang Parsley, hiniwa
- 1½ kutsarita ng Asin
- ½ kutsarita ng Pamentaa
- Tinadtad na litsugas
- 2 berdeng sibuyas, pinong tinadtad

MGA TAGUBILIN:

a) Pagsamahin ang lahat ng sangkap maliban sa lettuce at berdeng sibuyas sa isang mangkok.

b) Takpan, palamigin ng 8 oras o magdamag; haluin paminsan-minsan. Patuyuin, magreserba ng marinade

c) Mag-ihaw ng hipon 4 na pulgada mula sa init hanggang maluto at malambot.

d) Huwag mag-overcook baka matigas ang hipon. Brush paminsan-minsan gamit ang marinade.

e) Ihain ang hipon sa ginutay-gutay na litsugas; budburan ng tinadtad na berdeng sibuyas.

27.Mga tuyong igos na may mga damo

MGA INGREDIENTS:

- ½ libra Pinatuyong igos
- ½ libra Pinatuyong cranbaya
- 2 tasang Red wine
- ¼ tasa ng Lavender o may lasa ng pulot
- Mga pampalasa na nakatali sa kesocloth:

MGA TAGUBILIN:

a) Magdagdag ng mga igos sa isang kasirola na may red wine at honey at kesocloth na may mga seleksyon ng mga halamang gamot. Dalhin sa kumulo at lutuin, natatakpan, sa loob ng 45 minuto o hanggang sa talagang lumambot.

b) Alisin ang mga igos mula sa kasirola; pakuluan ang likido hanggang sa humigit-kumulang kalahati ang natitira.

c) Itapon ang mga pampalasa sa kesocloth. Ihain ayon sa dati o, kutsara ang vanilla sdamoet o yelo milk.

28.Madaling damong focaccia

MGA INGREDIENTS:

- 16 ounces Packaged Mainit Gumulong Mix
- 1 Itlog
- 2 kutsara Langis ng oliba
- ⅔ tasa Pulang sibuyas; Pinong tinadtad
- 1 kutsarita ng pinatuyong rosemary; Dinurog
- 2 kutsarita Langis ng oliba

INSTRUCTIONS:

a) Bahagyang grasa ang dalawang bilog na baking pan.

b) Maghanda ng mainit na gumulong mix ayon sa mga tagubilin sa pakete para sa pangunahing kuwarta, gamit ang 1 itlog at palitan ang 2 kutsarang mantika para sa margarine na tinatawag sa pakete. Masahin ang kuwarta; hayaang magpahinga ayon sa itinuro. Kung gumagamit ng round baking pans, hatiin ang kuwarta sa kalahati; gumulong sa dalawang 9-pulgadang bilog. Ilagay sa inihandang kawali.

c) Magluto ng sibuyas at rosemary sa isang kawali sa 2 kutsarita ng mainit na mantika hanggang malambot. Gamit ang mga daliri, pindutin ang mga indentasyon bawat pulgada o higit pa sa kuwarta

d) Maghurno sa isang 375-degree na oven sa loob ng 15 hanggang 20 minuto o hanggang ginintuang. Palamigin ng 10 minuto sa isang wire rack. Alisin mula sa kawali at palamig nang lubusan.

29. Bruschetta ng Ligaw Kabute

MGA INGREDIENTS:

- 1 tasang ligaw na kabute (chanterelles, morels, o anumang magagamit), tinadtad
- 1 baguette
- 2 sibuyas ng bawang, tinadtad
- 2 kutsarang langis ng oliba
- Asin at pamentaa para lumasa

MGA TAGUBILIN:

a) Linisin at i-chop ang 1 tasa ng ligaw kabute.
b) Igisa ang mga kabute sa 2 kutsarang langis ng oliba na may 2 tinadtad na mga sibuyas ng bawang.
c) Mga hiwa ng toast ng baguette.
d) Top baguette slyelos na may sautéed kabute.
e) Timplahan ng asin at pamentaa. Ihain nang mainit.

30.Ligaw na Bawang Pesto Crostini

MGA INGREDIENTS:

- 1 tasang dahon ng ligaw na bawang
- 1/2 tasa ng pine nuts
- 1/2 tasa Parmesan keso, gadgad
- 1/2 tasa ng langis ng oliba
- Mga hiwa ng baguette
- Asin at pamentaa para lumasa

MGA TAGUBILIN:

a) Haluin ang ligaw na bawang, pine nuts, Parmesan keso, at langis ng oliba hanggang makinis.

b) Mag-toast ng mga hiwa ng baguette at ikalat na may ligaw bawang pesto.

c) Timplahan ng asin at pamentaa.

31.Acorn Kalabasa Maruya

MGA INGREDIENTS:

- 2 tasang acorn kalabasa, gadgad
- 1 itlog
- 1/4 tasa ng harina
- 1/4 tasa ng Parmesan keso, gadgad
- 1/4 tasa berdeng sibuyas, tinadtad
- Asin at pamentaa para lumasa
- Langis ng oliba para sa pagprito

MGA TAGUBILIN:

a) Paghaluin ang gadgad na acorn kalabasa, itlog, harina, Parmesan, at berdeng sibuyas.

b) Bumuo ng maliliit na patties at iprito sa langis ng oliba hanggang sa ginintuang kayumanggi.

c) Timplahan ng asin at pamentaa. Ihain nang mainit.

MGA ENTRE

32.Sabaw ng karayom

MGA INGREDIENTS:

- 2 lbs sunchokes
- 2 tangkay ng kintsay, halos tinadtad
- 1 hiniwang sibuyas
- 2 kutsarang langis ng oliba
- 1 sibuyas na bawang
- 4 tasang sabaw ng gulay
- ½ tsp bawat isa ng tuyo na oregano, tuyong dahon ng basil, at thyme
- 1 tasang tubig
- Asin at pamentaa para lumasa

MGA TAGUBILIN:

a) Kuskusin ang sunchokes para maalis ang anuman

b) dumi at pagkatapos ay banlawan sa ilalim ng tubig. Kapag nalinis, halos gupitin ang mga sunchoke sa mga cube at ilagay sa isang malaking kaldero.

c) Punan ng tubig ang palayok hanggang sa lumubog ang sunchokes. Pakuluan ang sunchokes hanggang malambot, humigit-kumulang 8 minuto. Alisan ng tubig, pagkatapos ay itabi.

d) Sa isang malaking Dutch oven, init ang langis ng oliba at idagdag ang hiniwang sibuyas at tinadtad na bawang. Kapag ang sibuyas ay translucent, idagdag ang tinadtad na kintsay. Magluto ng humigit-kumulang 3 minuto, madalas na pagpapakilos.

e) Idagdag ang nilutong sunchokes, oregano, basil leaves, thyme, stock, at tubig. Haluin upang pagsamahin.

f) Pakuluan ang sopas, pagkatapos ay ibaba sa kumulo. Magluto ng 40 minuto hanggang malambot at malambot ang sunchokes.

g) Hayaang lumamig ang sopas, pagkatapos ay timpla sa mataas na bilis sa isang blender hanggang sa mag-atas at makinis ang sopas.

33.Kastanyas Magpakinangd Dibdib ng Manok

MGA INGREDIENTS:

- Kastanyas Punungkahoy ng mepl Sarsa
- Amerikano Sirwelas Ketchup
- 4 na dibdib ng manok
- 2 tinadtad na sibuyas ng bawang
- 1 hiniwang sibuyas
- 1 kutsarang langis ng oliba
- Asin at pamentaa

MGA TAGUBILIN:

a) Init ang oliba sa isang kawali sa katamtamang init. Kapag kumikinang, ilagay ang hiniwang sibuyas at isang kurot

b) asin. Hayaang magluto ng 5 minuto, pagkatapos ay takpan at hayaang mag-caramelize ng isa pang 10 minuto. Magdagdag ng tinadtad na bawang at lutuin ng 1 minuto.

c) Idagdag ang mga dibdib ng manok sa kawali at lutuin ang magkabilang panig hanggang sa bahagyang kayumanggi at hindi na kulay rosas.

d) Ipahid ang kastanyas punungkahoy ng mepl sarsa sa bawat dibdib ng manok at lutuin ang bawat panig hanggang sa mag-caramelize ang manok mula sa sarsa, mga tatlong minuto sa bawat panig.

e) Ibuhos ang dagdag na ½ tasa ng kastanyas punungkahoy ng mepl sarsa sa kawali. Magluto kasama ng manok para sa karagdagang 2 minuto.

f) Sa plato, ihain ang magpakinangd na dibdib ng manok na may inihaw na gulay at isang maliit na piraso ng Amerikano Sirwelas ketchup.

34.Mantikilya kulay ng nuwes Thai Curry

MGA INGREDIENTS:

- 2 tasang groundnut, ibinabad sa tubig magdamag
- 1 lata ng gata ng niyog
- 1 tasang sabaw ng gulay
- 2 Tbsp Thai red chili paste
- 1 Tbsp gulay o canola oil
- 1 shallot, hiniwa
- 2 cloves ng bawang, tinadtad
- 1 tsp gadgad na luya
- 1 pulang pamentaa, gupitin nang pahaba
- 1 tasang green beans
- ½ tsp cayenne pepper
- ½ tsp sili na pulbos

MGA TAGUBILIN:

a) Patuyuin ang tubig mula sa mga binad na mani at ilagay sa high speed blender o food processor. Iproseso hanggang makinis at mag-atas. .

b) Sa isang stock pan o dutch oven, painitin ang langis ng gulay sa katamtamang init. Magdagdag ng hiniwang bawang at tinadtad na bawang. Haluin hanggang sa maging translucent ang shallots, mga 5 minuto.

c) Haluin ang tinadtad na luya, Thai red chili, cayenne pepper, at chili powder. Hayaang magpainit at maging mabango sa loob ng mga 45 segundo.

d) Idagdag ang tinadtad na pulang pamentaa at berdeng beans. Haluin ng 1 minuto, pagkatapos ay ibuhos ang pinaghalo na mga mani at gulay. Dalhin sa isang kumulo at lutuin ng halos 10 minuto sa medium-low heat.

e) Ibuhos ang gata ng niyog. Haluin hanggang maghalo at pakuluan. Ibaba ang apoy at pakuluan, pagkatapos ay takpan at lutuin ng 15 minuto.

35.Nettle Gnocchi

MGA INGREDIENTS:

- 2 tasang naka-pack na nettle
- 2 itlog
- 2 malalaking russet na patatas
- 1 tasang all purpose harina
- 1 kutsarang langis ng oliba
- Asin at pamentaa
- limon zest (para sa dekorasyon)

MGA TAGUBILIN:

a) Punan ng tubig ang isang malaking palayok. Idagdag ang patatas at pakuluan sa mataas na init hanggang sa lumambot ang patatas.
b) Samantala, ihanda ang mga kulitis. Ilagay ang
c) nettles sa isang mangkok at punuin ang mangkok ng tubig hanggang sa lumubog ang nettles. Pukawin nang husto ang mga kulitis upang maalis ang anumang dumi. Hayaang umupo ng isang minuto, pagkatapos ay alisan ng tubig ang mga nettle sa pamamagitan ng isang colander. Patakbuhin ng tubig ang mga nettle sa colander upang banlawan sa huling pagkakataon.
d) Init ang langis ng oliba sa isang kawali sa katamtamang init. Idagdag ang mga nettle at ihalo. Lutuin hanggang malanta ang mga nettle, humigit-kumulang 5 minuto.
e) Ilagay ang mga nettle, itlog, at isang kutsarang tubig sa isang blender. Magdagdag ng isang pakurot ng asin at pamentaa. Haluin ang halo hanggang sa mabuo ang isang i-paste.
f) Kapag natapos na ang mga patatas sa pagluluto, hayaang lumamig. Kanin o gadgad ang patatas para makagawa ng pinong kumpol ng patatas, pagkatapos ay i-mash ang ryelo/gadgad na patatas sa isang mangkok.
g) Idagdag ang nettle paste sa patatas at ihalo. Idagdag ang harina at masahin hanggang sa mabuo ang isang makinis at bahagyang malagkit na kuwarta. Gupitin ang kuwarta sa dalawang piraso.
h) Maglagay ng isang piraso ng kuwarta sa ibabaw ng harina at igulong sa isang log. Gupitin ang log sa ½ pulgadang piraso. Ulitin sa iba pang piraso ng kuwarta.
i) Pakuluan ang isang malaking palayok ng tubig na may kaunting asin. Lutuin ang gnocchi sa apat na batch. Ang gnocchi ay tapos na sa pagluluto kapag ito ay tumaas sa tuktok ng tubig.
j) Kapag handa nang ihain, palamutihan ang gnocchi na may isang ambon ng langis ng oliba, limon zest, at pamentaa.

36.Elderbaya Magpakinangd Tilapia

MGA INGREDIENTS:

- 1 tasang forage na elderberries
- ½ tsp Nakakuha ng pagkain cinnamon
- 1 tsp Nakakuha ng pagkain orange zest
- 1 tsp Nakakuha ng pagkain limon zest
- ½ tasa ng forage na tubig
- ½ tasang forage na pulot
- Tilapia filets (ligaw-caught, kung maaari)
- 1 kutsarang forage na langis ng oliba
- Asin at pamentaa para lumasa
- Sariwa Nakakuha ng pagkain limon juyelo sa panlasa

MGA TAGUBILIN:

a) Sa isang medium-sized na Nakakuha ng pagkain basket, pagsamahin ang mga elderbaya, Nakakuha ng pagkain cinnamon, Nakakuha ng pagkain orange zest, Nakakuha ng pagkain limon zest, at Nakakuha ng pagkain tubig. Ilagay ang basket sa isang bukas na apoy o portable na kalan para sa isang simpleng karanasan sa pagluluto.
b) Pakuluan ng mahina ang timpla, pagkatapos ay babaan ang apoy at hayaang kumulo hanggang sa lumapot at bumaba ang timpla.
c) Hayaang lumamig nang bahagya ang Nakakuha ng pagkain mixture, pagkatapos ay ibuhos ito sa isang Nakakuha ng pagkain fine-meshed sieve na nilagyan sa isang Nakakuha ng pagkain mangkok. Itapon ang anumang Nakakuha ng pagkain solids.
d) Hayaang umupo ang Nakakuha ng pagkain elderbaya juyelo sa mangkok sa loob ng 15 minuto sa ambient outdoor temperature o takpan sa isang shaded Nakakuha ng pagkain area sa loob ng 30 minuto. Kapag lumamig na, haluin ang hinukay na pulot hanggang sa pagsamahin. Itabi.
e) Samantala, mag-set up ng makeshift outdoor broiler gamit ang open flame o grill. Sa isang Nakakuha ng pagkain shallow roasting pan o isang casserole dish na makikita sa iyong mga outdoor exploration, ayusin ang ligaw-caught tilapia fillet sa isang layer.
f) Magluto ng tilapia sa ilalim ng bukas na kalangitan o sa ibabaw ng grill sa loob ng 5 minuto, o hanggang sa makuha nito ang kakanyahan ng magandang labas.
g) Alisin ang tilapia mula sa panlabas na broiler at budburan ang isda ng Nakakuha ng pagkain olive oil at kaunting asin at pamentaa. Ibuhos ang elderbaya magpakinang, na ginawa mula sa kagandahang-loob ng kalikasan, sa ibabaw ng mga fillet hanggang sa mabalot sila ngunit hindi masyadong basang-basa.
h) Ibalik ang kawali sa panlabas na broiler para sa isa pang 5 minuto, na nagpapahintulot sa mga tuktok ng fillet upang makamit ang isang bahagyang caramelized na pagiging perpekto, nakapagpapaalaala sa isang kapistahan sa ilang.
i) I-enjoy ang iyong Nakakuha ng pagkain Elderbaya Magpakinangd Tilapia na may isang piga ng Nakakuha ng pagkain limon at isang

dagdag na piraso ng ligaw magpakinang. Tikman ang lasa ng magandang labas sa bawat kagat!

37.Bavarian damo na sopas

MGA INGREDIENTS:

- 1 libra Damos
- 4 na kutsarang Mantikilya
- 1 malaking sibuyas, tinadtad
- 1-quart Tubig o gulay stock
- 1 malaking patatas, binalatan at tinadtad sa maliliit na cubes
- asin at pamentaa
- mga cube ng tinapay para sa mga crouton
- chervil, tubigcress, spinach, kastanyo

MGA TAGUBILIN:

a) Matunaw ang mantikilya sa isang malalim na kawali at iprito ang sibuyas nang malumanay hanggang transparent. Idagdag ang mga halamang gamot at pawisan ito saglit bago mo ibuhos sa tubig o sabaw. Idagdag ang patatas sa sopas. Pakuluan ang sopas, at pagkatapos ay i-down ang apoy. Kumulo ng 20 minuto. I-mash ang patatas sa sabaw para lumapot ng kaunti. Tikman, at magdagdag ng asin at sariwang giniling na pamentaa.

b) Ihain kasama ang mga crouton ng tinapay na pinirito sa mantikilya o taba ng bacon

38.Tag-init kalabasa na sopas

MGA INGREDIENTS:

- 4 medium na Pipino; hugasan, hiniwa 1"
- 1 malaking Yellow Crookneck Kalabasa; hugasan, hiniwa 1"
- 1 Patty pan Kalabasa; quartered
- 1 malaking sibuyas; hiniwa ng manipis
- 1 kutsarita ng Bawang; pinong tinadtad
- 3 tasang Sabaw ng Manok; natanggal sa taba (3 hanggang 3.5)
- Salt at Sariwaly Ground White Pepper; sa panlasa
- 2 kutsarang sariwang Basil; pinong tinadtad
- 2 kutsarang sariwang perehil; pinong tinadtad
- 1 kutsarang Limon Juyelo
- 1 tasang mantikilya
- Sariwang balanoy; tinadtad
- sariwang perehil; tinadtad

MGA TAGUBILIN:

a) Sa isang malaking kasirola ilagay ang lahat ng kalabasa. Idagdag ang sibuyas, bawang, sabaw at asin at pamentaa; dalhin sa pigsa, takpan, bawasan ang init at kumulo sa loob ng 20 hanggang 25 minuto .

b) Purée sa isang food processor o blender na may basil, perehil at limon juyelo hanggang makinis

c) Haluin ang buttermilk

d) Kapag handa nang ihain, haluin hanggang makinis at ayusin ang pampalasa na may asin at pamentaa.

39.Ligaw Kabute Risotto

MGA INGREDIENTS:

- 1 tasang ligaw na kabute (chanterelles, morels, o anumang magagamit)
- 1 tasang Arborio ryelo
- 1/2 tasa ng tuyong puting alak
- 4 tasang sabaw ng gulay o manok
- 1 sibuyas, pinong tinadtad
- 2 cloves ng bawang, tinadtad
- 1/2 tasa Parmesan keso, gadgad
- 2 kutsarang mantikilya
- Asin at pamentaa para lumasa

MGA TAGUBILIN:

a) Igisa ang mga sibuyas at bawang sa mantikilya hanggang sa translucent.
b) Magdagdag ng Arborio ryelo at lutuin hanggang sa bahagyang toasted.
c) Ibuhos ang puting alak at haluin hanggang sa halos sumingaw.
d) Dahan-dahang magdagdag ng mainit na sabaw, pagpapakilos nang madalas, hanggang sa maluto ang kanin.
e) Haluin ang mga ligaw na kabute at Parmesan keso. Timplahan ng asin at pamentaa. Ihain nang mainit.

40.Nettle at Patatas Sabaw

MGA INGREDIENTS:

- 4 na tasang sariwang dahon ng kulitis
- 2 patatas, dyelod
- 1 sibuyas, tinadtad
- 2 cloves ng bawang, tinadtad
- 4 tasang sabaw ng gulay
- 2 kutsarang langis ng oliba
- Asin at pamentaa para lumasa

MGA TAGUBILIN:

a) Magsuot ng guwantes upang mahawakan ang mga kulitis. Alisin ang mga tangkay at putulin ang mga dahon.

b) Igisa ang mga sibuyas at bawang sa langis ng oliba hanggang sa translucent.

c) Magdagdag ng patatas, kulitis, at sabaw ng gulay. Pakuluan hanggang lumambot ang patatas.

d) Haluin ang sabaw hanggang makinis. Timplahan ng asin at pamentaa.

41.Nakakuha ng Damo-Magaspang Trout

MGA INGREDIENTS:

- 4 na fillet ng trout
- 1/2 tasa na pinaghalong Nakakuha ng pagkain damos (rosemary, thyme, oregano), tinadtad
- 2 kutsarang langis ng oliba
- 1 limon, hiniwa
- Asin at pamentaa para lumasa

MGA TAGUBILIN:

a) Painitin muna ang oven sa 375°F (190°C).

b) Paghaluin ang tinadtad na damo na may langis ng oliba.

c) Kuskusin ang pinaghalong damo sa mga fillet ng trout. Timplahan ng asin at pamentaa.

d) Ilagay ang mga hiwa ng limon sa ibabaw at maghurno ng 15-20 minuto hanggang madaling matuklap ang isda.

42. Pinalamanan na mga Dahon ng Ubas na may Nakuha na mga Luntian

MGA INGREDIENTS:

- 1 tasang Nakakuha ng pagkain na gulay (dahon ng ngiping leon, dahon ng plantain)
- 1 tasang bigas, niluto
- 1/4 tasa ng pine nuts
- 1/4 tasa ng mga currant
- 1 limon, tinadtad
- Mga dahon ng ubas (sariwa o napreserba)
- Langis ng oliba
- Asin at pamentaa para lumasa

MGA TAGUBILIN:

a) Paputiin ang mga dahon ng ubas sa kumukulong tubig hanggang lumambot.
b) Paghaluin ang nilutong kanin, Nakakuha ng pagkain na gulay, pine nuts, currant, at limon juyelo sa isang mangkok.
c) Maglagay ng isang kutsarang halo sa bawat dahon ng ubas at igulong sa isang masikip na bundle.
d) Ayusin ang pinalamanan na mga dahon ng ubas sa isang baking dish, lagyan ng langis ng oliba, at maghurno hanggang sa uminit.

43. Ligaw Damo at Kambing Keso Pinalamanan Dibdib ng Manok

MGA INGREDIENTS:

- 4 na dibdib ng manok
- 1 tasa na pinaghalong Nakakuha ng pagkain damos (thyme, sage, marjoram), tinadtad
- 1/2 tasa ng keso ng kambing
- 2 kutsarang langis ng oliba
- Asin at pamentaa para lumasa

MGA TAGUBILIN:

a) Painitin muna ang oven sa 375°F (190°C).

b) Paghaluin ang tinadtad na damo na may keso ng kambing.

c) Gumawa ng isang bulsa sa bawat dibdib ng manok at mga bagay na may pinaghalong damo at kambing keso.

d) Timplahan ng asin at pamentaa ang mga dibdib ng manok, pagkatapos ay igisa sa langis ng oliba hanggang sa ginintuang kayumanggi. Tapusin ang pagluluto sa oven hanggang maluto.

44.Magbiyolinulo Fern at Asparagus Stir-Fry

MGA INGREDIENTS:

- 1 tasang magbiyolinulo ferns, nilinis
- 1 tasa ng asparagus, hiniwa
- 1 kutsarang sesame oil
- 2 cloves ng bawang, tinadtad
- Toyo sa panlasa
- Sesame seeds para sa dekorasyon

MGA TAGUBILIN:

a) Paputiin ang magbiyolinulo ferns at asparagus sa kumukulong tubig sa loob ng ilang minuto, pagkatapos ay alisan ng tubig.

b) Init ang sesame oil sa isang kawali, magdagdag ng tinadtad na bawang, at iprito ang mga blanched na gulay.

c) Magdagdag ng toyo sa panlasa at ipagpatuloy ang pagluluto hanggang sa lumambot ang mga gulay.

d) Palamutihan ng sesame seeds bago ihain.

45.Chanterelle at Leek Quiche

MGA INGREDIENTS:

- 1 pie magbalat
- 2 tasang chanterelle kabute, nililinis at hiniwa
- 1 leek, hiniwa ng manipis
- 1 tasang Gruyere keso, ginutay-gutay
- 4 na itlog
- 1 tasang gatas
- Asin at pamentaa para lumasa

MGA TAGUBILIN:

a) Painitin muna ang oven sa 375°F (190°C).
b) Igisa ang chanterelle kabute at leeks hanggang lumambot.
c) Sa isang mangkok, haluin ang mga itlog, gatas, asin, at pamentaa.
d) Ayusin ang sautéed kabute at leeks sa pie magbalat, itaas ng ginutay-gutay na keso, at ibuhos ang pinaghalong itlog.
e) Maghurno hanggang sa ma-set ang quiche at maging golden brown.

46.Kasha na may pinatuyong prutas

MGA INGREDIENTS:

- 2 kutsarang langis ng Canola
- 1 malaking (mga) sibuyas, pinong tinadtad
- 3 hanggang 4 na tangkay ng kintsay
- 2 kutsarang Sage, tinadtad
- 2 kutsarang dahon ng Thyme
- Asin at pamentaa para lumasa
- Balatan ng 1 limon, tinadtad
- 4 na tasa Ang nilutong buong kasha groat na niluto sa stock ng manok para sa dagdag na lasa
- 1 tasa Dyelod halo-halong pinatuyong prutas
- ½ tasa toasted walnuts

MGA TAGUBILIN:

a) Init ang mantika sa isang malaking kawali at igisa , ang mga sibuyas, paminsan-minsang haluin, hanggang malanta. Idagdag ang kintsay, sage, thyme, asin at pamentaa at lutuin, pagpapakilos, ng 5 minuto pa.

b) Haluin ang balat ng limon at ihalo sa nilutong kasha. I-stsaam ang pinatuyong prutas sa isang vegetable stsaamer para lumambot at idagdag kasama ng mga walnuts.

c) Ihain nang mainit bilang side dish o gamitin bilang palaman.

47.Krema ng manok na may damo s

MGA INGREDIENTS:

- 1 lata Krema ng Manok Sabaw
- 1 lata Sabaw ng Manok
- 1 lata ng Gatas
- 1 lata Tubig
- 2 tasang Bisquick Baking Mix
- ¾ tasa ng Gatas

MGA TAGUBILIN:

a) Ilagay ang walang laman na mga lata ng sopas sa malaking kawali

b) Haluin ang mga lata ng tubig at gatas. Paghaluin hanggang makinis. Init sa katamtamang init hanggang kumulo

c) Paghaluin ang Bisquick at gatas. Ang kuwarta ay dapat na makapal at malagkit . Ibuhos ang kuwarta sa pamamagitan ng kutsarita sa kumukulong sopas.

d) Magluto ng dumplings para sa humigit-kumulang. 8 hanggang 10 minuto. walang takip

48.Apricot Dijon magpakinangd turkey

MGA INGREDIENTS:

- 6 na cube ng bouillon ng manok
- 1½ tasa Hilaw na mahabang butil na puting bigas
- ½ tasa ng hiniwang almendras
- ½ tasa tinadtad na pinatuyong mga aprikot
- 4 Mga berdeng sibuyas na may mga tuktok; hiniwa
- ¼ tasa Pinutol na sariwang perehil
- 1 kutsarang Orange zest
- 1 kutsarita Pinatuyong rosemary; durog
- 1 kutsarita Mga tuyong dahon ng thyme
- 1 walang buto na dibdib ng pabo -mga 2 1/2 pounds
- 1 tasa Apricot diyam o orange marmalade
- 2 kutsarang Dijon mustasa

MGA TAGUBILIN:

a) Para sa damoed pilaf, pakuluan ang tubig. Magdagdag ng bouillon . Alisin mula sa init sa isang mangkok. Idagdag ang lahat ng natitirang sangkap ng pilaf maliban sa pabo; haluing mabuti. Ilagay ang Turkey sa ibabaw ng pinaghalong bigas.

b) Takpan at Maghurno ng 45 minuto

c) Alisin ang pabo mula sa oven; maingat na alisin ang Baker na may Oven Mitts.

d) Haluin ang pilaf bago ihain, ihain kasama ng pabo at sarsa.

49.Manok at kanin sa damo sarsa

MGA INGREDIENTS:

- ¾ tasa ng mainit na tubig
- ¼ tasa puting alak
- 1 kutsarita Manok flavored bouillon granules
- 4 (4 oz.) dibdib ng manok ang kalahating balat at buto
- ½ kutsarita ng gawgaw
- 1 kutsarang Tubig
- 1 pack na Neufchatel-style na keso na may mga halamang gamot at pampalasa
- 2 tasang mainit na nilutong mahabang butil na bigas

MGA TAGUBILIN:

a) Pakuluan ang mainit na tubig, alak at bouillon granules sa malaking kawali sa katamtamang init. Bawasan ang init at idagdag ang manok, kumulo ng 15 minuto; lumiliko pagkatapos ng 8 minuto. Alisin ang manok kapag tapos na, panatilihing mainit-init. Pakuluan ang likido sa pagluluto, bawasan sa ⅔ tasa.

b) Pagsamahin ang cornstarch at tubig at idagdag sa likido. Pakuluan at lutuin ng 1 minuto, patuloy na pagpapakilos. Magdagdag ng krema keso at lutuin hanggang sa mahusay na pinaghalo, patuloy na pagpapakilos gamit ang wire whisk. Upang ihatid:

c) Top ryelo na may manok, kutsarang sarsa sa ibabaw ng manok

50.Manok sa krema at damo

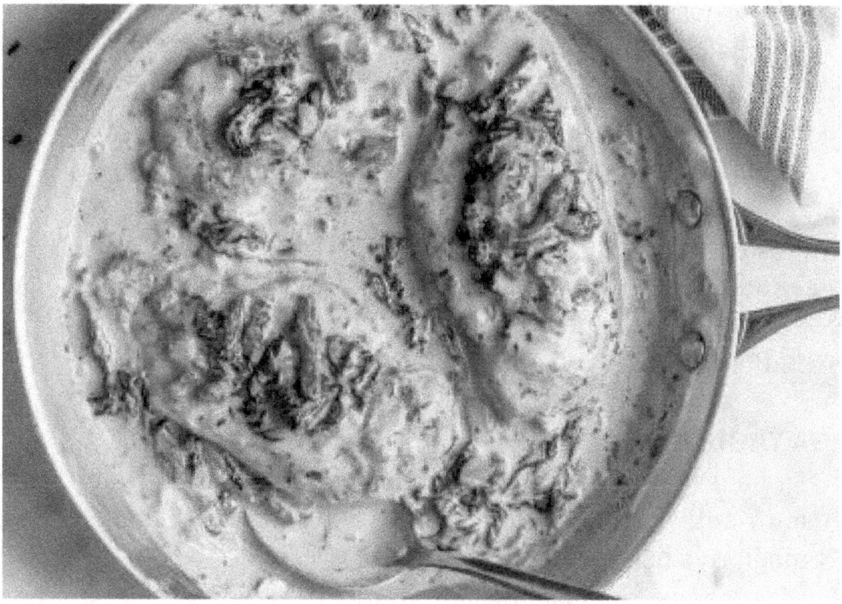

MGA INGREDIENTS:

- 6 hita ng manok, balat at buto
- All-purpose harina na tinimplahan ng asin at pamentaa
- 3 kutsarang Mantikilya
- 3 kutsarang langis ng oliba
- ½ tasa ng tuyong puting alak
- 1 kutsarang Limon juyelo
- ½ tasang Whipping krema
- ½ kutsarita ng pinatuyong thyme
- 2 kutsarang tinadtad na sariwang perehil
- 1 limon, hiniwa (palamuti)
- 1 kutsarang Capers, binanlawan at pinatuyo (palamuti)

MGA TAGUBILIN:

a) Sa isang malaking kawali, painitin ang 1½ kutsara bawat mantikilya at mantika. Magdagdag ng mga piraso ng manok bilang ay magkasya nang walang siksikan. Magluto

b) Magdagdag ng alak at limon juyelo sa kawali at kumulo sa katamtamang init, pagpapakilos upang maghalo sa mga browned particle. Pakuluan, bawasan sa halos kalahati

c) Magdagdag ng whipping krema, thyme, at perehil; pakuluan hanggang lumapot ng bahagya ang sarsa. Ibuhos ang anumang katas ng karne mula sa warming platter sa sarsa.

d) Ayusin ang sarsa para sa pampalasa sa panlasa. Ibuhos ang karne at palamutihan ng perehil, mga hiwa ng limon at mga caper

51. Manok madeira sa biskwit

MGA INGREDIENTS:

- 1½ libra dibdib ng manok
- 1 kutsarang Cooking oil
- 2 siwang bawang, tinadtad
- 4½ tasa Quatered sariwang kabute
- ½ tasang tinadtad na sibuyas
- 1 tasa kulay-gatas
- 2 kutsarang All-purpose na harina
- 1 tasang skim milk
- ½ tasang sabaw ng manok
- 2 kutsarang Madeira o dry sherry

MGA TAGUBILIN:

a) Magluto ng manok sa mainit na mantika sa katamtamang apoy sa loob ng 4 - 5 minuto o hanggang sa hindi na kulay rosas. Magdagdag ng bawang, kabute at sibuyas sa kawali. Magluto, walang takip, sa loob ng 4 - 5 minuto o hanggang sumingaw ang likido.

b) Sa isang mangkok paghaluin ang kulay-gatas, harina, ½ kutsarita ng asin at ¼ kutsarita ng pamentaa. Magdagdag ng sour krema mixture, gatas, at sabaw sa kawali. Magdagdag ng manok at Madeira o sherry; init sa pamamagitan ng.

c) Ihain sa ibabaw ng Damoed Biscuits.

d) Budburan ng manipis na hiniwang berdeng sibuyas kung ninanais

52.Manok sopas na may damos

MGA INGREDIENTS:

- 1 tasang pinatuyong cannellini beans
- 1 kutsarita Langis ng oliba
- 2 Leeks, pinutol -- hinugasan
- 2 Karot -- binalatan at hiniwa
- 10 mililitro Bawang -- pinong tinadtad
- 6 Sirwelas tomatoes -- seeded at
- 6 Bagong patatas
- 8 tasang Home-made Manok Broth
- ¾ tasa ng tuyong puting ungol
- 1 sprig sariwang thyme
- 1 sprig sariwang rosemary
- 1 dahon ng bay

MGA TAGUBILIN:

a) Banlawan ang beans at kunin, takpan ng tubig at itabi para magbabad ng 8 oras o magdamag. Sa isang malaking kaldero, magpainit ng mantika sa katamtamang apoy. Magdagdag ng mga leeks, karot at bawang; lutuin hanggang lumambot, mga 5 minuto. Haluin ang mga kamatis at lutuin ng 5 minuto. Magdagdag ng patatas at magluto ng 5 minuto.

b) Magdagdag ng sabaw ng manok, alak at damo; pakuluan. Alisan ng tubig ang beans at idagdag sa palayok; magluto ng 2 oras, o hanggang malambot ang beans.

c) Alisin ang bay leaf at damo sprigs bago ihain.

53.Manok na may alak at damo

MGA INGREDIENTS:

- Pagprito ng manok
- ½ kutsarita ng Oregano
- ½ kutsarita ng Basil
- 1 tasa ng tuyong puting alak
- ½ kutsarita ng bawang asin
- ½ kutsarita ng Asin
- ¼ kutsarita ng Pamentaa

MGA TAGUBILIN:

a) Hugasan ang manok at gupitin. Sa maliit na halaga ng Langis, kayumanggi ang mga piraso ng manok sa lahat ng panig. Ibuhos ang labis na Langis.

b) Magdagdag ng Alak at pampalasa at kumulo ng 30 hanggang 40 minuto o hanggang malambot ang manok.

54.Tsikpi at damo salad

MGA INGREDIENTS:

- 1 lata Tsikpis (16 oz.)
- 1 daluyan Pipino, binalatan
- 1 malaking kamatis
- 1 pulang pamentaa, pinagbinhan at dyelod
- 2 scallions, tinadtad
- 1 Abukado
- ⅓ tasa ng langis ng oliba
- 1 limon
- ¼ kutsarita ng Asin
- ⅛ kutsarita Puting pamentaa
- 8 Nag-iiwan ng sariwang basil, tinadtad
- ⅓ tasa ng dill, sariwa

MGA TAGUBILIN:

a) Alisan ng tubig ang mga tsikpis at banlawan ng mabuti. Gupitin ang pipino sa manipis na hiwa, at pagkatapos ay hatiin ang mga ito. Gupitin ang kamatis sa mga wedges, at pagkatapos ay hatiin ang mga ito.

b) Ilagay ang mga pipino at piraso ng kamatis, gayundin ang mga pulang sili at scallion, sa isang mangkok. Itabi. Dyelo avocado. Ilagay sa isang malaking mangkok, at magdagdag ng langis at juyelo mula sa kalahati ng limon.

c) Idagdag ang asin, pamentaa at basil. Haluin gamit ang tinidor (avocado will krema).

d) Idagdag ang mga gulay at dill sa pinaghalong avocado. Ihagis nang marahan. Magdagdag ng mga tsikpis, at pagsamahin.

e) Tikman at magdagdag ng higit pang limon, asin at pamentaa kung kinakailangan. maglingkod. Maaaring ihanda nang maaga at palamigin.

55.Sariwang damo at parmesan

MGA INGREDIENTS:

- 5 tasang stock ng manok o gulay
- 3 kutsarang langis ng oliba
- ½ malaking sibuyas; tinadtad
- 1½ tasang Arborio ryelo
- ½ tasa ng tuyong puting alak
- ¾ tasa Parmesan keso; gadgad
- 1 tasa pinaghalong sariwang damo
- ½ tasa ng inihaw na pulang sili; tinadtad
- Asin at pamentaa; sa panlasa

MGA TAGUBILIN:

a) Sa isang maliit na kasirola sa mataas na apoy, dalhin ang stock sa isang kumulo. Bawasan ang init sa mababang at panatilihing mainit ang likido.

b) Igisa ang sibuyas, magdagdag ng kanin at haluin hanggang lumitaw ang puting spot sa gitna ng mga butil, mga 1 minuto.

c) Magdagdag ng alak at haluin hanggang masipsip ito . Magdagdag ng stock nang dahan-dahan habang hinahalo.

d) Idagdag ang ¾ cup Parmesan keso, damos, roasted peppers, at asin at pamentaa sa panlasa. Haluin upang timpla.

56.Ngiping leon Salad

MGA INGREDIENTS:

- 4 tasa sariwang ngiping leon mga gulay
- 1 tasa ng cherry tomatoes, hatiin
- 1/2 tasa feta keso, gumuho
- 1/4 tasa balsamic vinaigrette
- Asin at pamentaa para lumasa

MGA TAGUBILIN:

a) Hugasan at tuyo ang mga ngiping leon mga gulay.
b) Ihagis ang ngiping leon mga gulay, cherry tomatoes, at feta keso.
c) Ibuhos ang balsamic vinaigrette. Timplahan ng asin at pamentaa.

57.Damos gulay confetti

MGA INGREDIENTS:

- 3 medium na karot; binalatan
- 1 medium Zucchini; pinutol ang mga dulo
- 1 kutsarita ng langis ng oliba
- ⅛ kutsarita Ground nutmeg
- ⅛ kutsarita ng Thyme

MGA TAGUBILIN:

a) Gupitin ang mga karot at zucchini sa magaspang na bahagi ng isang kudkuran.

b) Sa isang medium-size na kawali, magpainit ng mantika sa medium-high heat.

c) Haluin ang mga gulay, nutmeg at thyme.

d) Magluto ng 3 hanggang 4 na minuto, pagpapakilos paminsan-minsan, hanggang sa matuyo ang mga gulay.

58. Inihaw na damo barley

MGA INGREDIENTS:

- 1 malaking sibuyas
- ½ stick mantikilya
- ½ libra sariwang kabute, hiniwa
- 1 tasang perlas barley
- 1 kutsarita ng asin
- 3 tasang stock ng gulay
- 1 kutsarita thyme
- ½ kutsarita ng marjoram
- ½ kutsarita ng rosemary
- ¼ kutsarita ng sambong
- ½ kutsarita ng tag-init na masarap

MGA TAGUBILIN:

a) Hiwain ng pino ang sibuyas. Sa isang malaking, oven proof pan, lutuin ang sibuyas sa mantikilya sa loob ng mga 5 minuto hanggang sa translucent. Idagdag ang mga kabute at lutuin ng isa pang 3 minuto. Ihalo ang lahat ng iba pang sangkap maliban sa stock, durugin ang mga halamang gamot bago idagdag.

b) Igisa sa katamtamang mataas na init, pagpapakilos ng ilang minuto upang mabalot ang barley

c) Init ang stock sa isang hiwalay na kawali, at magdagdag ng stock sa pinaghalong barley kapag mainit.

d) Takpan ang kawali gamit ang foil at maghurno ng halos isang oras sa isang preheated 350 degrees (F.) oven.

DESSERT

59.Servyelobaya Tart na may Oat Magbalat

MGA INGREDIENTS:

- 2 ½ tasa ng servyeloberries
- 3 kutsarang baya diyam
- ¼ tasa ng tubig
- 1 ¾ tasa ng gumulonged oats
- ¼ tasa ng almond harina (o all-purpose harina kung walang nut)
- 4 tbsp mantikilya o langis ng niyog
- ½ tsp asin
- 1 kutsarang nut butter (o karagdagang mantikilya/langis ng niyog kung walang nut)
- 2 tbsp almond o gata ng niyog
- 1 tsp limon zest

MGA TAGUBILIN:

a) Painitin muna ang oven sa 350. Langis ang isang tart pan at itabi.
b) Upang gawin ang magbalat, pulso ang mga oats sa isang food processor hanggang sa butil. Magdagdag ng almond harina, asin, mantikilya, ngunit mantikilya, at ½ tsp limon zest. Pulse hanggang gumuho, pagkatapos ay idagdag ang almond milk at pulso hanggang ang masa ay bahagyang malagkit.
c) Pindutin ang oat magbalat sa isang oiled tart pan. Blind bake ang oat magbalat sa loob ng 7 minuto.
d) Sa isang katamtamang kasirola, pagsamahin ang 1 ½ tasang servyeloberries, diyam, at tubig. Dalhin sa isang pigsa, pagkatapos ay ibaba sa isang kumulo, pagpapakilos bawat 2 minuto. Patayin ang apoy kapag ang prutas ay nabawasan at lumapot upang maging katulad ng isang syrup. Kung hindi mo gusto ang texture ng mga buto, salain ang timpla sa isang pinong-meshed na salaan.
e) Iwiwisik ang natitirang 1 tasa ng servyeloberries sa ibabaw ng oat magbalat. Ibuhos ang servyelobaya syrup sa mga baya at i-level ang mixture gamit ang rubber spatula.
f) Ihurno ang tart nang humigit-kumulang 30 minuto hanggang sa lumiit ang mga servyelobaya.

60. Pampalasa Persimmon Keik

MGA INGREDIENTS:

- 2 malambot, hinog na persimmons
- ¼ tasa ng punungkahoy ng mepl syrup
- 2 tasang asukal
- 1 lata ng gata ng niyog
- ½ tasa ng langis ng gulay
- 1 ½ tasang all purpose harina
- 1 ½ tasa ng spelling na harina
- 1 tsp kanela
- 1 tsp luya
- 1 tsp nutmeg
- ¼ tsp ground clove

MGA TAGUBILIN:

a) Painitin ang oven sa 350 degrees. Langis ang isang keik lata o isang bundt pan at itabi.

b) Kunin ang laman ng persimmons at ilagay sa isang malaking mangkok. Idagdag ang punungkahoy ng mepl syrup, asukal, gata ng niyog, at langis ng gulay. Haluin ang mga sangkap hanggang sa pagsamahin.

c) Sa isa pang malaking mangkok, pagsamahin ang lahat ng mga tuyong sangkap at haluin hanggang sa maisama.

d) Dahan-dahang ibuhos ang basa sa tuyong mangkok. Haluin gamit ang rubber spatula hanggang sa pagsamahin lang, siguraduhing hindi mag-overmix!

e) Ibuhos ang timpla sa inihandang keik pan at ilagay sa oven para maghurno.

f) minuto. Ang keik ay tapos na sa pagluluto kapag ang isang toothpick na ipinasok sa gitna ay lumabas na malinis.

61. Walang Harinaless Mainit Hazelnut Keik

MGA INGREDIENTS:

- 1 tasang hazelnuts
- ¼ tasa ng pulbos ng kakaw
- ½ tasang mapait na tsokolate
- Kurot ng asin
- 4 na malalaking itlog, paghiwalayin ang mga puti mula sa mga yolks
- 4 tbsp mantikilya o langis ng niyog
- ½ tasang asukal
- 1 tsp vanilla extract

MGA TAGUBILIN:

a) Painitin ang hurno sa 275 degrees. Ihanay ang isang baking sheet na may parchment paper, ibuhos ang mga hazelnuts, at inihaw ng humigit-kumulang 10 minuto.

b) Samantala, ihanda ang keik/bundt pan sa pamamagitan ng

c) pag-spray ng 9 inch tagsibolform pan na may cooking spray at paglalagay ng parchment paper sa ilalim ng kawali.

d) Kapag ang mga mani ay pinalamig, pulso ang mga ito sa isang food processor hanggang sa mabuo ang isang magaspang na harina ng hazelnut.

e) Taasan ang temperatura ng oven sa 350 degrees.

f) Sa isang malaking mangkok, talunin ang mga pula ng itlog, asukal, at banilya hanggang sa makinis at mahusay na pinagsama. Paghaluin ang harina ng hazelnut at asin.

g) Sa isa pang malaking mangkok, talunin ang mga puti ng itlog hanggang sa mabuo ang stiff peak.

h) Matunaw ang tsokolate at mantikilya sa kalan o sa microwave sa maikling mga palugit. Hayaang lumamig nang bahagya, pagkatapos ay ibuhos ang timpla sa mangkok na may harina ng hazelnut, mga pula ng itlog, at asukal. Haluin upang pagsamahin.

i) I-fold ang egg whites sa mainit batter at ihalo hanggang sa pagsamahin lang. I-scrape ang batter sa inihandang tagsibolform pan.

j) Ihurno ang keik sa oven para sa humigit-kumulang 40 min.

62. Matandang bulaklak panna cotta na may mga strawbaya

MGA INGREDIENTS:

- 500ml dobleng krema
- 450ml full-fat na gatas
- 10 malalaking ulo ng matandang bulaklak, mga bulaklak na kinuha
- 1 vanilla pod, mga buto ay na-scrap out
- 5 dahon ng gulaman
- 85g gintong asukal sa caster

PARA SA GUGURO

- 75g mantikilya, dagdag pa para sa pagpapadulas
- 75g plain na harina
- 50g gintong asukal sa caster
- 25g ground almonds

MAGLINGKOD

- 250g punnet strawberries, pinutol ang mga tuktok
- 1 kutsarang ginintuang caster sugar
- ilang piniling matandang bulaklak, para palamutihan

MGA TAGUBILIN:

a) Ilagay ang krema, gatas, bulaklak, vanilla pod, at mga buto sa isang kawali sa mahinang init. Sa sandaling magsimulang kumulo ang likido, alisin ito mula sa apoy at iwanan ito upang ganap na lumamig.

b) Samantala, para sa gumuho, ilagay ang mantikilya sa isang maliit na kawali at init ng dahan-dahan hanggang sa ito ay maging malalim na kayumanggi at amoy nutty. Ibuhos sa isang mangkok at hayaang lumamig sa temperatura ng kuwarto hanggang sa matibay.

c) Kapag ang krema mixture ay lumamig, bahagyang grasa ang loob ng anim na 150ml dariole molds. Ibabad ang dahon ng gelatin sa malamig na tubig sa loob ng 10 minuto. Salain ang pinalamig na pinaghalong krema sa pamamagitan ng isang salaan sa isang malinis na kawali, itapon ang mga matandang bulaklak at vanilla pod. Ilagay ang asukal at haluin para matunaw. Ilagay sa mahinang apoy at ibalik sa kumulo, pagkatapos ay ibuhos sa isang malaking pitsel. Pigain ang anumang labis na likido mula sa gulaman at ihalo sa mainit na krema hanggang matunaw. Patuloy na haluin hanggang ang timpla ay lumamig at lumapot nang bahagya upang ang lahat ng buto ng vanilla ay hindi lumubog sa ilalim. Ibuhos sa mga hulma at palamigin nang hindi bababa sa 4 na oras. hanggang set.

d) Painitin ang hurno sa 180C/160C fan/gas 4. Kuskusin ang browned butter sa harina, pagkatapos ay haluin ang asukal at mga almendras. Ikalat sa isang tray na nilagyan ng baking parchment. Maghurno para sa 25-30 minuto hanggang sa ginintuang, pagpapakilos ng ilang beses. Iwanan upang lumamig.

e) Hiwain ang mga strawbaya, pagkatapos ay ihalo sa asukal at 1 tsp ng tubig. Itabi para macerate ng 20 mins.

f) Ilabas ang mga panna cotta sa mga plato at itaas ang mga ito ng mga strawbaya at mga katas nito. Iwiwisik ang ilan sa gumuho, ihain ang anumang dagdag sa isang mangkok sa gilid, pagkatapos ay palamutihan ng ilang matandang bulaklak.

63.Matandang bulaklak Flan

MGA INGREDIENTS:

- 1 tasang mabigat na krema
- 1 tasang buong gatas
- ½ tasang asukal
- 4 na itlog
- 1 kutsarita ng matandang bulaklak cordial
- Mga sariwang matandang bulaklak (opsyonal)

MGA TAGUBILIN

a) Painitin muna ang oven sa 350°F (175°C).

b) Sa isang katamtamang kasirola, init ang krema, gatas, at asukal sa katamtamang apoy hanggang sa matunaw ang asukal.

c) Sa isang hiwalay na mangkok, haluin ang mga itlog at matandang bulaklak cordial nang magkasama.

d) Dahan-dahang ibuhos ang pinaghalong krema sa pinaghalong itlog, patuloy na hinahalo.

e) Salain ang pinaghalong sa pamamagitan ng isang fine-mesh salaan.

f) Ibuhos ang timpla sa isang 9-pulgada (23cm) na baking dish.

g) Ilagay ang baking dish sa isang mas malaking baking dish o roasting pan at punuin ang mas malaking ulam ng sapat na mainit na tubig upang makarating sa kalahati ng mga gilid ng mas maliit na ulam.

h) Maghurno sa loob ng 45-50 minuto, o hanggang sa maitakda ang mga gilid ngunit bahagyang gumagalaw ang gitna.

i) Alisin mula sa oven at hayaang lumamig sa temperatura ng kuwarto.

j) Palamigin sa refrigerator ng hindi bababa sa 2 oras bago ihain.

k) Palamutihan ng mga sariwang matandang bulaklak, kung ninanais.

64.Nakakuha ng pagkain Baya at Nettle Keik

MGA INGREDIENTS:

- 2 tasa na pinaghalong Nakakuha ng pagkain na berries (itimberries, raspberries, asulberries)
- 1 tasang dahon ng kulitis, pinong tinadtad (magsuot ng guwantes kapag humahawak)
- 2 tasang all-purpose na harina
- 1 1/2 kutsarita ng baking powder
- 1/2 kutsarita ng baking soda
- 1/2 kutsarita ng asin
- 1 tasang unsalted butter, pinalambot
- 1 1/2 tasa ng granulated sugar
- 3 malalaking itlog
- 1 kutsarita vanilla extract
- 1 tasang buttermilk

MGA TAGUBILIN:

a) Painitin muna ang oven sa 350°F (175°C). Grasa at harina ang isang kawali ng keik.

b) Sa isang mangkok, haluin ang harina, baking powder, baking soda, at asin.

c) Sa isa pang mangkok, pagsamahin ang mantikilya at asukal hanggang sa magaan at malambot.

d) Idagdag ang mga itlog nang paisa-isa, matalo nang mabuti pagkatapos ng bawat karagdagan. Ihalo ang vanilla extract.

e) Dahan-dahang idagdag ang mga tuyong sangkap sa mga basang sangkap, na kahalili ng buttermilk. Magsimula at magtapos sa mga tuyong sangkap.

f) Dahan-dahang tiklupin ang mga Nakakuha ng pagkain na baya at tinadtad na dahon ng nettle.

g) Ibuhos ang batter sa inihandang keik pan at pakinisin ang tuktok.

h) Maghurno ng 40-45 minuto o hanggang sa lumabas na malinis ang isang toothpick na ipinasok sa gitna.

i) Hayaang lumamig ang keik sa kawali sa loob ng 10 minuto, pagkatapos ay ilipat sa wire rack upang ganap na lumamig.

j) Opsyonal, dust na may powdered sugar o frost na may simpleng krema keso frosting.

65.Matandang bulaklak Yelo Krema

MGA INGREDIENTS:

- 1 ½ tasa ng buong gatas
- 2 tasang mabigat na krema
- ½ tasa ng kulay-gatas
- 4 malalaking pula ng itlog
- ½ tasang pulot
- 4-5 matandang bulaklak liqueur
- ½ kutsarita vanilla extract
- kakarampot na asin

MGA TAGUBILIN:

a) Haluin ang pula ng itlog at itabi.

b) Sa isang mabigat na ilalim na kasirola, pagsamahin ang gatas, krema, sour krema, asin, at pulot.

c) I-snip ang mga indibidwal na florets sa pinaghalong, itapon ang pinakamaraming stem material hangga't maaari. Init sa katamtamang init hanggang mainit na hinahalo nang madalas. HUWAG KUMULU.

d) Kapag ang pinaghalong gatas/krema ay mainit, masiglang haluin ang isang sandok na puno sa mga pula ng itlog. Dahan-dahang ibuhos ang pinaghalong itlog sa pinaghalong gatas/krema, muli nang masiglang kumulo.

e) Ibalik ang kasirola sa katamtamang init at ipagpatuloy ang pagluluto hanggang sa lumapot at salubungin ang likod ng kutsara, patuloy na pagpapakilos. Alisan sa init. Haluin ang vanilla extract.

f) Ibuhos ang timpla sa pamamagitan ng isang pinong mesh salaan sa isang lalagyan o mangkok upang palamig. Itapon ang mga labi ng matandang bulaklak.

g) Matapos ang iyong pinaghalong krema ay ganap na pinalamig, sundin ang mga tagubilin ng iyong gumagawa ng yelo krema para sa pag-churning. Bilang kahalili, kung wala kang gumagawa ng yelo krema, ibuhos ang timpla sa isang rimmed baking dish at palamigin sa freezer, i-scrap ang mixture gamit ang isang tinidor bawat kalahating oras hanggang sa solid ngunit magaan ang pare-pareho.

66.Matandang bulaklak Sorbet

MGA INGREDIENTS:

- 2 tasang tubig
- 1 tasang asukal
- ¼ tasa matandang bulaklak cordial
- 2 kutsarang limon juyelo

MGA TAGUBILIN

a) Sa isang kasirola, pagsamahin ang tubig at asukal. Init sa katamtamang init hanggang sa ganap na matunaw ang asukal.

b) Alisin mula sa init at ihalo ang matandang bulaklak cordial at limon juyelo.

c) Hayaang lumamig ang timpla sa temperatura ng kuwarto.

d) Ibuhos ang halo sa isang gumagawa ng yelo krema at i-churn ayon sa mga tagubilin ng gumawa.

e) Kapag na-churn, ilipat ang sorbet sa isang nakatakip na lalagyan at i-freeze ito ng ilang oras upang matigas.

f) Ihain ang matandang bulaklak sorbet sa mga pinalamig na mangkok o baso para sa masarap at mabulaklak na dessert.

67.Matandang bulaklak at Itimbaya Yelo Krema

MGA INGREDIENTS:

- 225g/8 oz itimberries 1 tbsp asukal
- 284ml karton double krema, pinalamig
- 8 tbsp matandang bulaklak cordial
- 142ml karton whipping krema, pinalamig

MGA TAGUBILIN:

a) Ilagay ang mga itimbaya sa isang maliit na kasirola at idagdag ang asukal. Painitin nang dahan-dahan, paminsan-minsang pagpapakilos, hanggang sa umagos ang katas mula sa prutas at ang timpla ay kumulo.

b) Dahan-dahang kumulo sa loob ng 2-3 minuto hanggang sa lumambot na ang mga itimbaya. (Bilang kahalili, ilagay ang mga itimbaya at asukal sa isang angkop na mangkok at microwave sa High para sa 2-3 minuto o hanggang sa ang prutas ay napakalambot.)

c) Pindutin ang pinaghalong itimbaya sa pamamagitan ng isang salaan at itapon ang mga buto. Hayaang lumamig ang purée pagkatapos ay takpan at palamigin ng mga 30 minuto o hanggang sa lumamig na mabuti.

d) Samantala, ilagay ang double krema sa isang pitsel, idagdag ang matandang bulaklak cordial at pukawin hanggang makinis. Takpan at palamigin ng 20-30 minuto.

e) Haluin ang itimbaya purée sa matandang bulaklak mixture hanggang makinis. Ilagay ang whipping krema sa isang mangkok at haluin hanggang sa mabuo ang mga soft peak.

f) Dahan-dahang tiklupin ang whipped krema sa pinaghalong itimbaya.

g) Ilagay ang timpla sa yelo krema machine at i-freeze ayon sa mga tagubilin.

h) Ilipat sa isang angkop na lalagyan at i-freeze hanggang kinakailangan.

68.Matandang bulaklak Mousse

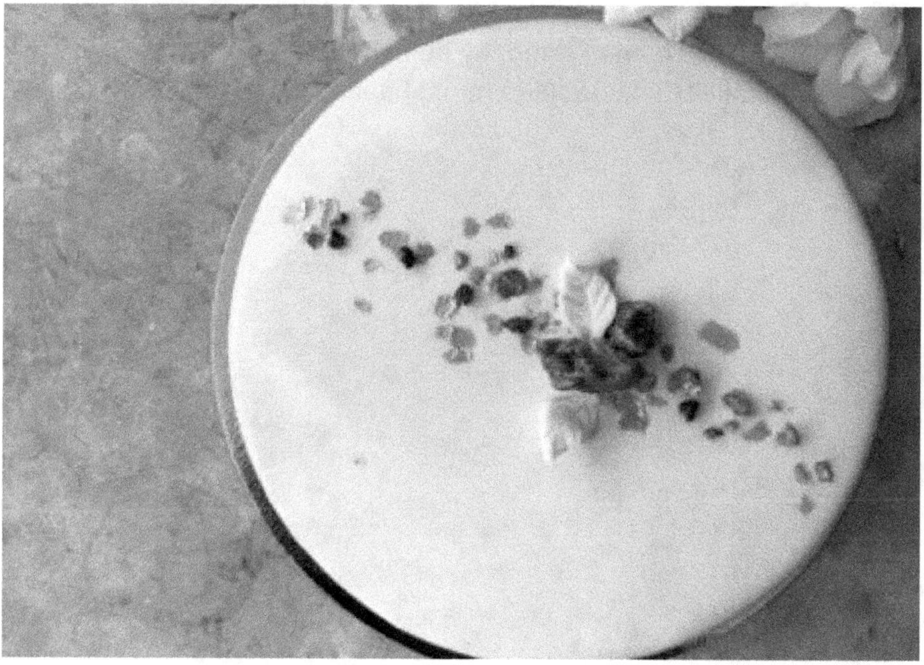

MGA INGREDIENTS:

- 250 gramo ng Mascarpone keso
- 200 gramo ng custard na binili sa tindahan
- 125 mililitro ng matandang bulaklak cordial
- 200 mililitro ng double krema, bahagyang hinagupit

MGA TAGUBILIN:

a) Magsimula sa pamamagitan ng paghampas ng mascarpone keso nang bahagya upang mapahina ito sa isang mixing mangkok.

b) Idagdag ang custard na binili sa tindahan sa Mascarpone keso at haluin hanggang sa maging makinis at maayos ang timpla.

c) Ihalo ang matandang bulaklak cordial, simula sa 125 mililitro. Maaari mong ayusin ang dami sa iyong panlasa, magdagdag ng higit pa kung gusto mo ng mas malakas na lasa ng matandang bulaklak. Maging maingat na huwag mag-overwhisk sa yugtong ito; ang malumanay na pagtitiklop ay mas mainam upang maiwasan ang labis na paghahalo. Gusto mong mapanatili ang isang magaan at maaliwalas na texture, hindi gawing matandang bulaklak cordial butter ang timpla.

d) Sa isang hiwalay na mangkok, bahagyang i-whip ang double krema hanggang sa ito ay bumuo ng soft peak.

e) Dahan-dahang tiklupin ang whipped krema sa pinaghalong Mascarpone at matandang bulaklak hanggang sa ganap na maisama ang lahat. Muli, mag-ingat na huwag mag-overmix, dahil gusto mong mapanatili ang mahangin na texture ng mousse.

f) Tikman ang mousse at magdagdag ng higit pang matandang bulaklak cordial kung ninanais, na umaayon sa gusto mong antas ng lasa ng matandang bulaklak.

g) Kapag ang timpla ay mahusay na pinagsama at nasiyahan ka sa lasa, palamigin ang mousse sa refrigerator nang hindi bababa sa kalahating oras bago ihain.

h) Kapag handa nang ihain, maaari mong palamutihan ang mousse ng mga sariwang matandang bulaklak blossoms o isang ambon ng karagdagang matandang bulaklak cordial para sa isang magandang presentasyon.

i) I-enjoy ang iyong homemade matandang bulaklak mousse bilang isang magaan at eleganteng dessert, perpekto para sa anumang okasyon.

69.Ligaw Strawbaya Rhubarb Gumuho

MGA INGREDIENTS:

- 2 tasang dyelod strawbaya
- 2 tangkay ng rhubarb
- 2 kutsarang strawbaya diyam
- 2 kutsarang punungkahoy ng mepl syrup
- 1 kutsarang limon juyelo
- 1 kutsarang tapioca starch o gawgaw
- 2 tasang gumulonged oats
- ¼ tasa ng mga almendras
- ¼ tasa ng brown sugar
- ¼ tasa (kalahating stick) mantikilya o langis ng niyog
- Kurot ng asin

MGA TAGUBILIN:

a) Painitin ang oven sa 375 degrees.
b) Sa isang medium mangkok, pagsamahin ang mga strawbaya at dyelod rhubarb. Mix in
c) ang diyam, punungkahoy ng mepl syrup, limon juyelo, at tapioca starch.
d) Sa isang food processor, pulso ang mga oats at almond hanggang sa gumuho. Idagdag ang brown sugar, mantikilya, at asin. Pulse hanggang ang mga oats ay bahagyang malagkit at magbigkis.
e) Pindutin ang kalahati ng oat gumuho sa ilalim ng tart o casserole dish. Ibuhos ang strawbaya-rhubarb mixture sa itaas, at pagkatapos ay iwiwisik ang natitirang bahagi ng oat gumuho sa mga layer.
f) Takpan ang ulam na may aluminum foil at maghurno ng 30 minuto. Pagkatapos ng 30 minuto, lutuin ang gumuho na walang takip para sa isa pang 20-30 minuto upang malutong ang tuktok na layer.
g) Ihain kaagad kasama ang isang scoop ng vanilla bean yelo krema!

70.Tabing dagat sirwelas Sorbet

MGA INGREDIENTS:

- 400 g Beach Sirwelass
- 1 tsp vanilla extract
- 1 tsp kanela
- ¼ tasa ng tubig
- ¼ tasa ng asukal

MGA TAGUBILIN:

a) Painitin ang oven sa 375 degrees. Linya ang isang baking sheet na may aluminum foil.

b) Gupitin ang mga sirwelas sa kalahati at alisin ang mga hukay. Iwiwisik ang vanilla extract at cinnamon sa ibabaw ng mga sirwelas at ihalo hanggang sa pantay-pantay ang mga sirwelas. Inihaw ang mga sirwelas hanggang sa caramelized ang balat, mga kalahating oras. Ilabas sa oven at hayaang lumamig.

c) Haluin ang mga sirwelas sa isang high speed blender o food processor. Kung gumagamit ng food processor, salain ang nagresultang timpla sa pamamagitan ng isang salaan at itapon ang pulp para sa isang makinis na sorbet.

d) Sa isang maliit na kasirola sa katamtamang mababang init, i-dissolve ang asukal sa tubig sa loob ng mga 2 minuto. Hayaang lumamig, pagkatapos ay ibuhos sa pinaghalong sirwelas.

e) Ibuhos ang pinaghalong sirwelas sa isang mangkok at takpan. Ilagay sa freezer at hayaang lumamig. Pagkatapos ng 1 oras, alisin sa freezer, haluin ang timpla para masira ang mga kristal ng yelo, at ilagay muli sa freezer para sa isa pang kalahating oras. Ulitin ito hanggang ang sorbet ay nagyelo.

f) Kapag ang sorbet ay ganap na nagyelo, hatiin sa mga tipak ng yelo at ihalo sa isang high speed blender hanggang makinis. Ilagay ang sirwelas sorbet sa isang lalagyan na may takip at i-freeze hanggang matibay.

g) Bago mag-enjoy, hayaang magpahinga ang sirwelas sorbet sa temperatura ng kuwarto sa loob ng 5 minuto upang tamasahin ang makinis at nakakapreskong treat.

71. Limon damoal yelo krema

MGA INGREDIENTS:

- 1½ tasang Whipping krema
- 1½ tasang Gatas
- ⅔ tasa ng Asukal
- 3 Mga pula ng itlog
- ½ kutsarita vanilla extract
- ½ limon zest at Limon juyelo
- ¼ tasa dahon ng limon verbena
- ¼ tasang dahon ng limon balm

MGA TAGUBILIN:

a) Haluin at painitin ang krema, gatas, at asukal hanggang sa matunaw ang asukal.

b) Sa isang maliit na mangkok, haluin nang bahagya ang mga pula ng itlog. Ibuhos ang 1 tasa ng pinaghalong mainit na krema sa mangkok . Haluin palagi gamit ang isang kahoy na kutsara . Haluin ang vanilla. Haluin ang balat ng limon, limon juyelo, at hard-packed na limon damos sa mainit na base ng yelo-krema.

c) Ibuhos ang halo sa isang tagagawa ng yelo-krema at i-freeze ayon sa mga tagubilin ng gumawa.

72.Damoal limon cookies

MGA INGREDIENTS:

- 1 tasang mantikilya
- 2 tasang Asukal; hinati
- 2 itlog
- 1 kutsarita Vanilla extract
- 2½ tasa ng harina
- 2 kutsarita ng baking powder
- ¼ kutsarita ng Asin
- ⅓ tasa ng pinatuyong limon damos
- Kabuuan ng ⅓ tasa: Mga halamang gamot

MGA TAGUBILIN:

a) Krema butter at 1¾ tasa ng asukal
b) Magdagdag ng mga itlog at banilya; matalo ng maayos.
c) Pagsamahin ang harina, baking powder, asin at damos. Idagdag sa kremaed mixture; paghaluin.
d) I-drop ang kuwarta sa pamamagitan ng kutsarita, 3" ang pagitan, sa isang greased cookie sheet.
e) Maghurno sa 350 F. sa loob ng 8 hanggang 10 minuto, o hanggang halos mag-browned. Palamig nang bahagya, pagkatapos ay alisin sa isang rack.

MGA CONDIMENTS

73.Suka ng Chokebaya

MGA INGREDIENTS:

- ½ tasa ng chokeberries
- 1 ½ tasang apple cider suka
- 1 kutsarita ng asukal

MGA TAGUBILIN:

a) Pagsamahin ang lahat ng sangkap sa isang mason jar at ihalo.

b) Takpan nang mahigpit at ilagay sa refrigerator sa loob ng hindi bababa sa 1 linggo.

74.Amerikano Sirwelas Ketchup

MGA INGREDIENTS:

- 4 na tasa ng Amerikano sirwelas
- ¼ tasa hiniwang pulang sibuyas
- ½ tsp bagong gadgad na luya
- ¼ tasang apple cider suka
- ¼ tsp nutmeg
- ¼ tsp clove
- ¼ tsp kanela
- ¼ tsp cayenne
- 1 tsp molasses
- 2 kutsarang punungkahoy ng mepl syrup
- 1 kutsarang canola oil

MGA TAGUBILIN:

a) Ilagay ang buong sirwelas sa isang katamtamang palayok na may ¼ tasa ng tubig. Takpan ang kaldero at lutuin ang mga sirwelas sa katamtamang init sa loob ng mga 20 minuto hanggang sa lumiit ang mga sirwelas upang ang katas, balat, at hukay na lang ang natitira. Kalugin ang palayok bawat ilang minuto sa oras ng pagluluto upang maiwasan ang pagdikit at pagkapaso ng mga sirwelas.
b) Kapag lumamig na, maglagay ng colander sa isang mangkok at ibuhos ang pinaghalong sirwelas sa colander upang pilitin ang katas ng sirwelas mula sa balat at sa mga hukay. Itabi.
c) Sa isang katamtamang kasirola, igisa ang hiniwang pulang sibuyas at luya sa langis ng canola hanggang sa maging translucent ang mga sibuyas. Haluin ang nutmeg, clove, cinnamon, at cayenne. Ipagpatuloy ang paghahalo ng mga 20 segundo hanggang sa mabango ang mga pampalasa.
d) Ibuhos ang pinaghalong sirwelas juyelo, molasses, at punungkahoy ng mepl syrup. Haluin ng ilang beses upang pagsamahin at pakuluan ng mga 5 minuto hanggang lumapot.
e) Hayaang lumamig ang timpla sa loob ng 10 minuto mula sa init, pagkatapos ay ibuhos sa isang high speed blender at timpla sa mataas sa loob ng 1 minuto. Kung wala kang high speed blender, maaari kang gumamit ng immersion blender ngunit hindi magiging kasingkinis ang ketchup.
f) Ayusin ang pampalasa ayon sa gusto mo at pagkatapos ay ibuhos ang ketchup sa isang mason jar para itabi. Panatilihing malamig.

75.Kastanyas Punungkahoy ng mepl Sarsa

MGA INGREDIENTS:

- 1/2 tasa ng mga kastanyas
- 2 kutsarang punungkahoy ng mepl syrup
- 1 kutsarita ng apple cider suka
- ½ tasa ng red wine
- 1.5 tasa ng stock ng gulay

MGA TAGUBILIN:

a) Unang inihaw ang mga kastanyas. Painitin muna ang oven sa 425°F

b) Markahan ang kastanyas sa pamamagitan ng paggawa ng x-shape sa shell. Siguraduhing mabutas mo ang nut sa ilalim ng halos ikatlong bahagi ng daan.

c) Inihaw sa oven ng humigit-kumulang 2o minuto. Hayaang lumamig, pagkatapos ay alisan ng balat ang shell.

d) Sa isang medium sarsapan, init ang red wine at mga kastanyas. Hayaang kumulo hanggang sa mabawasan ng kalahati ang alak.

e) Pagsamahin ang natitirang sangkap sa kasirola. Pakuluan, pagkatapos ay bawasan sa kumulo. Haluin gamit ang rubber spatula tuwing 2 minuto.

f) Kapag lumapot na ang sarsa upang mabalot nito ang likod ng rubber spatula, alisin ang sarsa mula sa init at palamigin ng 10 minuto.

g) Ibuhos sa isang mason jar upang itabi hanggang magamit.

76. Damoal na halaya

MGA INGREDIENTS:

- 1½ tasa ng dahon ng damo, sariwa
- 3½ tasa ng Asukal
- 1 drop Pangkulay ng pagkain , berde
- 2¼ tasa; Tubig, malamig
- 2 kutsarang Limon juyelo
- Pectin, likido; supot + 2 t.

MGA TAGUBILIN:

a) Pagsamahin ang damo at tubig sa isang kasirola; dalhin sa isang buong pigsa, takpan, at alisin mula sa apoy upang hayaang matarik 15 minuto. Ilagay sa isang jelly bag at hayaang tumulo ng isang oras. Dapat kang magkaroon ng 1-¾ tasa ng pagbubuhos.

b) Pagsamahin ang pagbubuhos, limon juyelo, asukal, at pangkulay ng pagkain at lutuin sa mataas na apoy hanggang sa kumukulo na. Magdagdag ng likidong pectin, at pakuluan muli, patuloy na pagpapakilos.

c) Alisin mula sa init, skim froth, at sandok sa mga isterilisadong kalahating pint na jelly jar, na nag-iiwan ng ¼" Head space . Proseso tulad ng para sa mga fruit jellies

77.Hucklebaya Diyam

MGA INGREDIENTS:

- 2 tasang huckleberries
- ½ tasa ng punungkahoy ng mepl syrup o pulot
- 2 kutsarang limon juyelo

MGA TAGUBILIN:

a) Pagsamahin ang mga sangkap sa isang maliit na kasirola at ihalo.

b) Pakuluan, haluin nang madalas, pagkatapos ay bawasan hanggang kumulo at lutuin hanggang lumapot.

c) Ibuhos sa isang mason jar hanggang handa nang gamitin.

78.Pinaghalong suka ng damo

MGA INGREDIENTS:

- 1-pinta Suka ng red wine
- 1 pirasong cider suka
- 2 Binalatan, hinati ang mga clove ng bawang
- 1 sanga tarragon
- 1 sprig thyme
- 2 sprigs sariwang oregano
- 1 maliit na tangkay ng matamis na balanoy
- 6 Itim peppercorns

MGA TAGUBILIN:

a) Ibuhos ang red wine at cider suka sa isang quart jar.

b) Magdagdag ng bawang, damos, peppercorns at takip. Hayaang tumayo sa isang malamig na lugar, malayo sa araw, sa loob ng tatlong linggo. Iling paminsan-minsan.

c) Ibuhos sa mga bote at humentao sa tapunan.

79.Magkakahalo damo pesto

MGA INGREDIENTS:

- 1 tasa Naka-pack na sariwang flat-leafed parsley
- ½ tasa Naka-pack na sariwang dahon ng basil;
- 1 kutsarang sariwang dahon ng thyme
- 1 kutsarang sariwang dahon ng rosemary
- 1 kutsarang sariwang dahon ng tarragon
- ½ tasa sariwang gadgad na parmesan
- ⅓ tasa ng langis ng oliba
- ¼ tasa ng mga walnuts; toasted ginto
- 1 kutsarang Balsamic suka

MGA TAGUBILIN:

a) Sa isang food processor ihalo ang lahat ng sangkap na may asin at pamentaa sa panlasa hanggang makinis. (Pinapanatili ang pesto, natatakpan ng plastic wrap ang ibabaw, pinalamig, 1 linggo.)

80.Mustasa-damo marinade

MGA INGREDIENTS:

- ½ tasa ng Dijon Mustasa
- 2 kutsarang tuyong mustasa
- 2 tablespoons Langis ng gulay
- ¼ tasa ng tuyong puting alak
- 2 kutsarang pinatuyong tarragon
- 2 kutsarang pinatuyong thyme
- 2 kutsarang pinatuyong sambong, dinurog

MGA TAGUBILIN:

a) Paghaluin ang lahat ng sangkap sa isang mangkok. Hayaang tumayo ng 1 oras. Magdagdag ng manok o isda at balutin ng mabuti. Hayaang tumayo sa marinade. Patuyuin gamit ang mga tuwalya ng papel

b) Gamitin ang natitirang marinade upang bastedin ang isda o manok bago alisin sa grill.

81.Sorrel-chive pesto

MGA INGREDIENTS:

- 1 tasang Sorrel
- 4 na kutsarang Shallots; pinong tinadtad
- 4 na kutsarang Pine nuts; lupa
- 3 kutsarang Parsley; tinadtad
- 3 kutsarang Chives; tinadtad
- Grated alisan ng balat ng 4 na dalandan
- ¼ sibuyas, pula; tinadtad
- 1 kutsarang Mustasa, tuyo
- 1 kutsarita ng Asin
- 1 kutsarita Pepper, itim
- 1 kurot Pepper, cayenne
- ¾ tasa ng langis. olibo

MGA TAGUBILIN:

a) Haluin ang sorrel, shallots, pine nuts, parsley, chives, orange peel at sibuyas sa isang food processor o blender.

b) Magdagdag ng tuyong mustasa, asin, pamentaa at cayenne, at ihalo muli. Dahan-dahang ibuhos ang mantika habang gumagalaw ang talim.

c) Ilipat sa mga tempered glass na garapon .

82.Ligaw Baya Diyam

MGA INGREDIENTS:

- 2 tasang halo-halong ligaw na baya (itimberries, raspberries, asulberries)
- 1 tasa ng butil na asukal
- 1 kutsarang limon juyelo

MGA TAGUBILIN:

a) Pagsamahin ang mga baya, asukal, at limon juyelo sa isang kasirola.
b) Magluto sa katamtamang init, madalas na pagpapakilos, hanggang sa masira ang mga baya at lumapot ang timpla (mga 15-20 minuto).
c) Mash ang mga baya gamit ang isang tinidor para sa nais na pagkakapare-pareho.
d) Hayaang lumamig, pagkatapos ay ilipat sa isang garapon. Palamigin at gamitin bilang isang spread.

83.Nakakuha ng Damo Na-infuse Suka

MGA INGREDIENTS:

- 2 tasang Nakakuha ng pagkain damos (rosemary, thyme, oregano)
- 2 tasang puting alak na suka

MGA TAGUBILIN:

a) Hugasan at tuyo ang mga halamang gamot nang lubusan.
b) Ilagay ang mga damo sa isang malinis, isterilisadong garapon ng salamin.
c) Init ang suka hanggang sa kumulo lang at ibuhos sa mga halamang gamot.
d) I-seal ang garapon at hayaang mag-infuse nang hindi bababa sa dalawang linggo.
e) Salain ang suka, ilipat sa isang bote, at gamitin bilang mabangong suka para sa mga dressing o marinade.

84.Ligaw Bawang Aioli

MGA INGREDIENTS:

- 1 tasang dahon ng ligaw na bawang, pinong tinadtad
- 1 tasa ng mayonesa
- 1 kutsarang limon juyelo
- Asin at pamentaa para lumasa

MGA TAGUBILIN:

a) Paghaluin ang tinadtad na ligaw na bawang, mayonesa, at limon juyelo sa isang mangkok.
b) Timplahan ng asin at pamentaa ayon sa panlasa.
c) Palamigin nang hindi bababa sa 30 minuto bago ihain.
d) Gamitin bilang pampalasa o pampalasa.

85. Pine Needle Syrup

MGA INGREDIENTS:

- 2 tasa sariwang pine needles, hugasan
- 2 tasang tubig
- 2 tasang asukal

MGA TAGUBILIN:

a) Sa isang kasirola, pagsamahin ang mga pine needles at tubig. Pakuluan, pagkatapos ay kumulo ng 20 minuto.

b) Salain ang likido at ibalik ito sa kasirola.

c) Magdagdag ng asukal at kumulo hanggang sa lumapot ito sa isang syrup (mga 15-20 minuto).

d) Hayaang lumamig bago ilipat sa isang bote. Gamitin bilang isang natatanging syrup para sa mga dessert o inumin.

MGA INUMAN

86.Non-alcoholic Asulbaya Spritzer

MGA INGREDIENTS:

- 1 tasang asulberries
- 1 tasang asukal
- 1 tasang tubig
- Katas ng 1 sariwang kinatas na limon
- 1 bote ng sparkling na tubig

MGA TAGUBILIN:

a) Una, gawin ang asulbaya na simpleng syrup. Pagsamahin ang mga asulbaya, asukal, at limon juyelo sa isang maliit na kasirola. Haluin at pakuluan. Bawasan sa mahinang apoy at kumulo hanggang lumapot sa syrup.

b) Ibuhos ang sparkling na tubig sa isang pitsel at magdagdag ng ½ tasa ng asulbaya simple syrup. Haluin hanggang matunaw ang syrup sa tubig.

c) Upang magdagdag ng isang magandang tanginess, pisilin ng kaunti pang limon juyelo. Upang gawing mas matamis ang inumin, magdagdag ng higit pang asulbaya simpleng syrup o asukal.

87.Sarsaparilla Ugat Serbesa

MGA INGREDIENTS:

- ½ tasang Sarsaparilla ugats (hiwain sa 1 pulgadang piraso)
- 2 tasang tubig
- 1 star anise
- ¼ tsp nutmeg
- ½ tsp kanela
- ½ tsp allspyelo
- ½ tsp banilya
- 2 kutsarang pulot
- ½ tasang asukal
- Kumikislap na tubig

MGA TAGUBILIN:

a) Ilagay ang mga ugat, pampalasa (anise, nutmeg, cinnamon, allspyelo), at 2 tasa ng tubig sa isang medium na kasirola.

b) Pakuluan, pagkatapos ay bawasan sa isang kumulo sa katamtamang mababang init ng humigit-kumulang kalahating oras.

c) Idagdag ang vanilla at molasses. Ipagpatuloy ang pagpapakulo sa loob ng 3 minuto at pagkatapos ay alisin sa apoy.

d) Salain ang pinaghalong upang paghiwalayin ang mga ugat at pampalasa mula sa likido sa pamamagitan ng pagbuhos ng pinaghalong sa pamamagitan ng isang pinong mesh salaan na natatakpan ng kesocloth (para sa karagdagang pagsasala). Titiyakin nito na ang pinaghalong ay pino at walang natitira na mga labi.

e) Idagdag ang sinala na likido pabalik sa palayok (siguraduhing banlawan ang palayok bago gamitin muli) at ihalo ang asukal. Dalhin sa isang kumulo para sa 2 minuto at pagkatapos ay alisin mula sa init.

f) Upang maghanda ng isang baso ng ugat serbesa, pagsamahin ang ugat serbesa at sparkling na tubig sa isang 1:2 ratio. Para sa bawat ¼ tasa ng syrup, gumamit ng ½ tasa ng sparkling na tubig.

g) Haluing mabuti at tangkilikin.

88.Limon Raspbaya Menta Resariwaer

MGA INGREDIENTS:

- 1 tasa ng raspbaya
- 1 tasang asukal
- 1 tasang tubig
- Katas ng sariwang kinatas na limon
- Kumikislap na tubig
- Mga dahon ng menta para sa dekorasyon
- Mga hiwa ng limon para sa dekorasyon

INSTRUCTIONS:

a) Gawin ang raspbaya na simpleng syrup sa pamamagitan ng pagsasama-sama ng mga raspbaya, asukal, at limon juyelo sa isang maliit na kasirola. Haluin at pakuluan. Bawasan sa mahinang apoy at kumulo hanggang lumapot sa syrup.

b) Ibuhos ang sparkling na tubig sa isang pitsel at magdagdag ng 1 tasa ng raspbaya simple syrup. Haluin hanggang matunaw ang syrup sa tubig.

c) Palamutihan ang inumin na may dahon ng menta, hiwa ng limon, at ilang raspbaya. Haluin upang pagsamahin at magsaya!

89.Nakakuha ng pagkain Baya Na-infuse Tubig

MGA INGREDIENTS:

- Isang dakot ng pinaghalong Nakakuha ng pagkain na berries (itimberries, raspberries, asulberries)
- Tubig
- Yelo cube (opsyonal)

MGA TAGUBILIN:

a) Hugasan nang lubusan ang mga baya.
b) Ilagay ang mga baya sa isang pitsel at punuin ito ng tubig.
c) Palamigin ng ilang oras upang hayaang mag-infuse ang mga lasa.
d) Ihain sa ibabaw ng yelo kung ninanais. Nakaka-resariwa at nakaka-hydrate!

90.Ligaw Menta Yelod Tsaa

MGA INGREDIENTS:

- Isang dakot ng sariwang ligaw na dahon ng menta
- 4 na bag ng tsaa (itim o berdeng tsaa)
- 4 tasang tubig
- Honey o asukal sa panlasa
- Yelo

MGA TAGUBILIN:

a) Pakuluan ang 4 na tasa ng tubig at pakuluan ang mga bag ng tsaa kasama ng mga sariwang dahon ng menta.
b) Hayaang lumamig ang tsaa sa temperatura ng kuwarto.
c) Patamisin ng pulot o asukal sa panlasa.
d) Ihain sa ibabaw ng yelo. Isang masarap, mentay yelod tsaa!

91.Ngiping leon Limonade

MGA INGREDIENTS:

- 1 tasang ngiping leon petals (dilaw na bahagi lamang)
- 1 tasa ng sariwang kinatas na limon juyelo
- 1/2 tasa ng pulot
- 4 tasang tubig
- Yelo

MGA TAGUBILIN:

a) Pagsamahin ang mga petals ng ngiping leon, limon juyelo, honey, at tubig sa isang pitsel.
b) Haluin hanggang matunaw ang pulot.
c) Palamigin ng ilang oras.
d) Ihain sa ibabaw ng yelo. Isang kakaiba at mabulaklak na limonada!

92.Spruce Tip Na-infuse Gin at Tonic

MGA INGREDIENTS:

- 1 tasa sariwang spruce tip
- Gin
- Tonic na tubig
- Yelo
- Lime wedges para sa dekorasyon

MGA TAGUBILIN:

a) Hugasan at tuyo ang mga tip ng spruce.

b) Sa isang garapon, pagsamahin ang mga tip ng spruce sa gin. Hayaang mag-infuse nang hindi bababa sa 24 na oras.

c) Salain ang na-infuse na gin sa mga basong puno ng yelo.

d) Ibabaw ng tonic na tubig, haluin, at palamutihan ng lime wedges. Isang forest-inspired twist sa isang classic!

93.Maanghang na damoal na liqueur

MGA INGREDIENTS:

- 6 na cardamom pod
- 3 kutsarita ng mga buto ng anis
- 2¼ kutsarita Tinadtad na ugat ng angelica
- 1 cinnamon stick
- 1 Clove
- ¼ kutsarita ng Mace
- 1 Ikalima ng vodka
- 1 tasa ng asukal na syrup
- Lalagyan: 1/2-gallon na garapon

MGA TAGUBILIN:

a) Alisin ang mga buto mula sa cardamom pods. Idagdag ang mga buto ng anis, at durugin ang lahat ng mga butil sa likod ng isang tinidor.

b) Ilagay ang mga ito sa isang 1-quart na lalagyan na nagdaragdag ng ugat ng angelica, cinnamon stick, clove, mace, at vodka.

c) Iling mabuti ang timpla at iimbak sa isang aparador sa loob ng 1 linggo. Ibuhos sa pamamagitan ng kesocloth lined strainer nang maraming beses. Haluin ang likido sa sugar syrup. Handang maglingkod

94.Fruited damoal yelod tsaa

MGA INGREDIENTS:

- 1 Bag Tazo Passion tsaa
- 1-quart na Tubig
- 2 tasang sariwang orange juyelo
- Orange na gulong
- dahon ng menta

MGA TAGUBILIN:

a) Ilagay ang tsaa bag sa 1 quart ng tubig na kumukulo at hayaang matarik ng 5 minuto.

b) Alisin ang bag ng tsaa. Ibuhos ang tsaa sa isang 1-galon na pitsel na puno ng yelo. Kapag natunaw na ang yelo, punan ng tubig ang natitirang espasyo sa pitsel.

c) Punan ang isang cocktail shaker ng kalahating brewed tsaa at kalahating orange juyelo.

d) Iling mabuti at salain sa isang basong puno ng yelo.

e) Palamutihan ng orange na gulong at dahon ng menta.

95.Yelo damoal palamigan

MGA INGREDIENTS:

- 4 tasa ng tubig na kumukulo;
- 8 Red Zinger tsaa bag
- 12 ounces apple juyelo concentrate
- Juyelo ng 1 orange
- 1 limon; hiniwa
- 1 Orange; hiniwa

MGA TAGUBILIN:

a) Ibuhos ang kumukulong tubig sa mga bag ng tsaa. Hayaang matarik ang tsaa hanggang sa maging maligamgam ang tubig, na gumagawa ng napakalakas na tsaa.
b) Sa isang malaking pitsel, pagsamahin ang tsaa, apple juyelo at orange juyelo.
c) Palamutihan ang pitsel ng mga hiwa ng limon at dalandan.
d) Ibuhos sa mga baso na puno ng yelo, at palamutihan ng menta.

96.Raspbaya damoal tsaa

MGA INGREDIENTS:

- 2 Family-size raspbaya tsaa bags
- 2 Itimbaya tsaa bag
- 2 Itim currant tsaa bags
- 1 bote na kumikinang na apple cider
- ½ tasang Juyelo concentrate
- ½ tasa ng orange juyelo
- ½ tasang Asukal

MGA TAGUBILIN:

a) Ilagay ang lahat ng sangkap sa isang malaking pitsel. Chill. Hinahain namin ang sa amin na may mga fruited yelo cubes.

b) Magreserba ng sapat na juyelo para punan ang isang yelo-cube tray at naglalagay kami ng mga hiwa ng strawbaya at asulberries sa bawat cube.

97. Cardamom tsaa

MGA INGREDIENTS:

- 15 Cardamom Seeds tubig
- ½ tasang Gatas
- 2 patak ng Vanilla (hanggang 3 patak)
- honey

MGA TAGUBILIN:

a) Para sa hindi pagkatunaw ng pagkain, paghaluin ang 15 durog na buto sa ½ tasa ng mainit na tubig. Magdagdag ng 1 onsa ng sariwang luya na ugat at isang cinnamon stick.

b) Pakuluan ng 15 minuto sa mahinang apoy. Magdagdag ng ½ tasa ng gatas at kumulo ng 10 minuto.

c) Magdagdag ng 2 hanggang 3 patak ng vanilla. Patamisin ng pulot.

d) Uminom ng 1 hanggang 2 tasa araw-araw.

98.Sassafras Tsaa

MGA INGREDIENTS:

- 4 na ugat ng sassafras
- 2 quarts ng tubig
- asukal o pulot

MGA TAGUBILIN:

a) Hugasan ang mga ugat at putulin ang mga sapling kung saan sila berde at kung saan nagtatapos ang ugat.

b) Pakuluan ang tubig at idagdag ang mga ugat.

c) Pakuluan hanggang ang tubig ay maging malalim na kayumangging pula (mas maitim ang mas malakas -- gusto ko ang aking malakas).

d) Salain sa isang pitsel sa pamamagitan ng wire at isang filter ng kape kung ayaw mo ng anumang sediment.

e) Magdagdag ng pulot o asukal sa panlasa.

f) Ihain ang mainit o malamig na may limon at isang sprig ng menta.

99. Moringa Tsaa

MGA INGREDIENTS:

- 800 ML ng Tubig
- 5-6 dahon ng Menta - napunit
- 1 kutsarita ng Cumin Seeds
- 2 kutsarita ng Moringa Powder
- 1 kutsarang Lime / Limon Juyelo
- 1 kutsarita ng Organic Honey bilang pampatamis

MGA TAGUBILIN:

a) Pakuluan ang 4 na tasa ng tubig.

b) Magdagdag ng 5-6 dahon ng menta at 1 kutsarita ng cumin seeds / jeera.

c) Hayaang kumulo hanggang ang tubig ay bumaba sa kalahati ng dami.

d) Kapag ang tubig ay bumaba sa kalahati, magdagdag ng 2 kutsarita ng Moringa powder.

e) I-regulate ang init sa mataas, kapag ito ay namumula at lumaki, patayin ang apoy.

f) Takpan ng takip at hayaang umupo ito ng 4-5 minuto.

g) Pagkatapos ng 5 minuto, salain ang tsaa sa isang tasa.

h) Magdagdag ng organic honey sa panlasa at pisilin sa sariwang katas ng dayap.

100.Sage Tsaa

MGA INGREDIENTS:

- Isang dakot ng sariwang ligaw na dahon ng sambong, responsableng kumuha ng pagkain
- Tubig na kumukulo
- Ligawflower honey (o agave syrup para sa vegan)
- 1 Nakakuha ng pagkain limon wedge

MGA TAGUBILIN:

a) Magsimula sa paghahanap ng isang dakot ng sariwang ligaw na dahon ng sage. Siguraduhing pumili ng mga dahon mula sa malinis at hindi maruming kapaligiran.

b) Sa sandaling mayroon ka ng iyong ligaw na dahon ng sage, bigyan sila ng banayad na banlawan ng malinis na tubig, maging maingat upang mapanatili ang kanilang natural na kakanyahan.

c) Ilagay ang forage na dahon ng sage sa isang mug, at maingat na ibuhos ang kumukulong tubig. Pahintulutan ang mga ligaw na damo na matarik nang mga 5 minuto. Kung gusto mo, maaari mo ring putulin ang mga dahon ng sage at ilagay ang mga ito sa isang Nakakuha ng pagkain tsaa strainer para sa isang mas puro pagbubuhos.

d) Pagkatapos ng pagbubuhos, alisin ang mga Nakakuha ng pagkain na dahon ng sage, hayaang maghalo ang kanilang essence sa tsaa. Gumalaw sa isang ambon ng ligawflower honey, na responsableng nagmula sa mga lokal na beekeeper, o gumamit ng agave syrup para sa isang vegan na opsyon.

e) Pagandahin ang lasa sa pamamagitan ng pagpiga ng juyelo mula sa isang Nakakuha ng pagkain na limon wedge. Ang hakbang na ito ay mahalaga para sa pagpapalabas ng pinakamahusay na lasa ng ligaw sage infusion.

KONGKLUSYON

Habang tinatapos namin ang aming masasarap na paglalakbay sa pamamagitan ng "Ang Makabago Mangangaso Aklat Ng Pagluluto," umaasa kaming naranasan mo ang kagalakan ng pag-aani at pagtikim ng kaloob ng kalikasan sa iyong makabagoong kusina. Ang bawat recipe sa loob ng mga page na ito ay isang pagdiriwang ng mga kakaibang lasa, texture, at nutritional richness na dinadala ng mga forage na pagkain sa iyong plato—isang testamento sa tuluy-tuloy na pagsasama ng mga ligaw na sangkap sa mga kontemporaryong panlasa.

Natikman mo man ang makalupang kabutihan ng mga ligaw na kabute, tinanggap ang pagiging bago ng Nakakuha ng pagkain na mga gulay, o natuwa sa hindi inaasahang lasa ng mga ligaw na baya, nagtitiwala kami na ang mga recipe na ito ay nagdulot ng iyong sigasig sa paggalugad sa mga nakakain na kayamanan na inaalok ng kalikasan. Higit pa sa mga sangkap at diskarte, nawa'y maging mapagkukunan ng inspirasyon ang konsepto ng paghahanap ng pagkain, na nag-uugnay sa iyo sa lupain, mga panahon, at ang hindi kilalang kagandahan ng labas.

Habang patuloy mong ginalugad ang mundo ng mga Nakakuha ng pagkain na pagkain, nawa'y ang "Ang Makabago Mangangaso Aklat Ng Pagluluto" ang iyong mapagkakatiwalaang kasama, na gagabay sa iyo sa iba't ibang masasarap na opsyon na nagdadala ng ligaw sa iyong mesa. Narito ang pagyakap sa walang hanggang sining ng paghahanap at pagtikim sa yaman ng pantry ng kalikasan sa bawat kontemporaryong kagat—maligayang paghahanap!

www.ingramcontent.com/pod-product-compliance
Lightning Source LLC
LaVergne TN
LVHW010921061026
849535LV00007B/2178

* 9 7 8 1 8 3 6 1 1 6 3 9 4 *